பதிமூன்றாவது அட்ச கோடும், பாலசந்திரனும்

D1680793

ஸ்ரீ அரவிந்த்

படி வெளியீடு

படி வெளியீடு

எண்: 9, பிளாட் எண்: 1080A, ரோஹிணி பிளாட்ஸ்
முனுசாமி சாலை, கே.கே.நகர் மேற்கு,
சென்னை - 600 078. பேச: 99404 46650

வெளியீட்டு எண்: 0312

பதிமூன்றாவது அட்ச கோடும், பாலசந்திரனும் (கட்டுரை),
ஆசிரியர்: ஸ்ரீ அரவிந்த்©
Pathimundravathu Atcha Kodum Balachandranum (Essay),
Author: **Sri Arivand**©
Print in India
ISBN: 978-81-19541-17-1
1st Edition: March - 2024
Pages - 172
Rs - 150

Publisher • Sales Rights

Padi Veliyeedu
(A Division Of Discovery Publications)
No: 9, Plot:1080A, Rohini Flats,
Munusamy Salai,
K.K.Nagar West, Chennai - 78.
Tamilnadu, India.
Mobile: +91 99404 46650

Discovery Book Palace (P) Ltd
No:1055-B, Munusamy Salai,
K.K.Nagar West,
Chennai - 600 078.
Tamilnadu, India.
Ph: (044) 4855 7525
Mobile: +91 87545 07070

discoverybookpalace@gmail.com
WWW.DISCOVERYBOOKPALACE.COM

இந்த நூலில் பிரசுரமாகியுள்ள எந்த ஒரு பகுதியையும் பதிப்பாளரின் எழுத்துபூர்வமான முன்அனுமதி பெறாமல் எடுத்தாள்வதோ, மறுபிரசுரம் செய்வதோ, மொழியாக்கம் செய்வதோ, அச்சு மற்றும் மின்னணு ஊடகங்களில் மறுபதிப்பு செய்வதோ, காப்புரிமைச் சட்டப்படி தடை செய்யப்பட்டுள்ளது. இந்த நூலிலிருந்து குறிப்பிட்ட பகுதிகளை மேற்கோள் காட்டி புத்தக விமர்சனம் செய்ய, ஊடகங்களுக்கு மட்டும் அனுமதி உண்டு.

உங்கள் மொபைல் போனிலிருந்து ஸ்கேன் செய்து டிஸ்கவரி புக் பேலஸின் மொபைல் ஆப்பை டவுன்லோடு செய்து, புத்தகங்களை வாங்குங்கள்.

சமர்பணம்

B.Pharm classmate Whats up குழுவுக்கு

சக்தி ஜோதி.

கதம்பமாலை:

ஒரு துறையில் சிறப்பாக செயல்படுபவர்கள் அத்துடன் நின்றுவிடாமல் தமக்கு ஆர்வமுள்ள அல்லது தாம் தெரிந்துகொள்ள விரும்பும் வேறு சில துறைகளின் மீதும் தமது கவனத்தை செலுத்துபவர்களாகவும் இருக்கிறார்கள். மூளைக்கு வேலை தரக்கூடிய இடத்தில் இருப்பவர்கள் உடல் உழைப்பு சார்ந்த தோட்டக்கலை அல்லது விளையாட்டு போன்ற செயல்பாடுகளில் தங்களை ஈடுபடுத்திக் கொள்வார்கள். மாறாக உடல் உழைப்பு பணியாளர்கள் மூளைக்கு வேலை தரக்கூடிய வகையில் அல்லது ஓய்வாக உணரும்படியான மனநிலையை அளிக்கூடிய ஓவியம் வரைவது இசை கேட்பது, புத்தகங்கள் வாசிப்பது போன்ற விஷயங்களில் தங்களை ஆழ்த்திக் கொள்வார்கள். ஆனால் அரசு நிறுவனங்களில் அதிகார மட்டத்தில் பணிபுரிபவர்கள் மொழி சார்ந்து கருத்தியல் தளத்தில் செயல்படுவது சற்று அரிதான காரியம்தான். தன்னுடைய பணி நிமித்தம் புதிய இடங்களுக்கு பயணிக்கவும் புதிய மனிதர்களை சந்திக்கவும் வாய்ப்புடைய திரு.பாலச்சந்திரன் தன்னுடைய அனுபவங்களை அதன் மூலம் தான் பெற்ற மதிப்பீடுகளை தன்னுடைய மகனிடம் பகிர்ந்து கொள்வது என்பதும் அதனை அவரது மகன் ஸ்ரீ அரவிந்த் சித்தார்த் பாலச்சந்திரன் தன்னுடைய தந்தையின் மொழியில் நூலாக்கம் செய்திருப்பதும் போற்றுதலுக்கு உரியது.

தன் அலுவலைத் தாண்டி தனக்கு ஈடுபாடுள்ள பல்வேறு விஷயங்கள் குறித்த தன்னுடைய புரிதலை மகனிடம் பகிர்ந்து கொள்வதும், மகன் தன்னுடைய வயதிலிருந்து தகப்பனுக்குரிய அனுபவத்தைப் பதிவு செய்வதும் புதுமையான விஷயம்.

வேளாண்மை, திரைப்படம், பொருளாதாரம், ஆன்மீகம், கிராம வளர்ச்சி, சாதிய முரண்பாடுகள், அரசியல் சித்தாந்தங்கள், மார்க்சிய இயங்கியல், இலக்கியவாசிப்பென பல வண்ண பூக்களால் தொடுக்கப்பட்ட கதம்பமாலை போன்று அமைந்த கட்டுரைகள் இவை. வாசிப்பதற்கு எந்த அளவிற்கு எளிதாக அமைந்திருக்கிறதோ, அந்த அளவிற்கு ஆழ்ந்து யோசிப்பதற்கான பொருளையும் பொதிந்துவைத்திருப்பது இக்கட்டுரைகளின் சிறப்பு. எந்தவிதமான மனத்தடையுமின்றி முழுமையாக பதிவு செய்துள்ள ஸ்ரீ அரவிந்த் சித்தார்த்க்கு மனம் நிறைந்த வாழ்த்துக்கள்.

வாழ்த்துகளுடன்,
சக்தி ஜோதி.
17-11-2023

என்னுரை

வணக்கம். என் பெயர் அரவிந்த் சித்தார்த். கப்பல் பொறியாளன். இது என் முதல் புத்தகம்.

இதில் எங்குமே

எதிலுமே என் கதை துளியும் இல்லை.

மாறாக, என் தந்தை சொன்ன கதைகளை அவ்வப்போது கேட்டு இதையெல்லாம் பதிவு செய்ய வேண்டும் என்ற நோக்கத்தில் அவர் பேசும்போதெல்லாம் என் போன் ரெக்டார்ரை ஆன் பன்னி சேகரித்து வைத்து கொண்டு எழுதியது.. சில சமயங்களில அவர் என்னிடம் அவர் சொல்ல வருவதை அதாவது அவரின் நிலைபாடை, கருத்துகளை எழுதி கொடுத்ததும் உண்டு.

இதில் என்ன ஒரு ஆச்சர்யம் என்றால் நாங்கள் அப்படியே நண்பர்கள் பழகுவோம் என்று பொய் சொல்ல போவதில்லை.

சொல்ல போனால் எனக்கு நினைவு தெரிந்த நாட்களிலிருந்து பள்ளி இறுதியாண்டு வரை அவர் ஒரு முரட்டு தனமான, கோபத்தை அடக்க முடியாமல் பொது இடங்களில் என்னை அடிக்கும் வரை போகும் முட்டாளாக தான் பார்த்தேன்.

அவர் பள்ளி வயதில் எனக்கு ஏற்படுத்திய மன காயங்களை இன்று நினைத்தாலும் கசக்கிறது. ஆனால் அதே சமயம் பாசம் வந்தால தலை கால் தெரியாமல் உருகுவார். இந்த நிலமை நான் கல்லூரியில் முதவாண்டு சேரும் வரை.

ஆனால் அதுக்கப்புறம் கடந்த நாண்கு வருடங்களாக அப்படியே தலைகீழாக மாறி போனார். எப்படி என்று தெரியவில்லை. ஏன் என்றும் கேட்க வில்லை.

எனது தடுமாற்றமான காலங்களில் கூட ஒரு மனது விட்டு பேச கூடிய உண்மையான தோழானாக இருந்தார். அப்போது தான் நாங்கள் நிறைய பேச ஆரம்பித்தோம். நிறைய கதைகளை, அவர் கடந்து வந்த பாதைகளை, அவர் இடறி விழுந்த இடங்களை , அப்படியே சொன்னார்.அதை எல்லாம் கேட்தற்க்கு சாட்சியாக தான் இந்த நூல் உங்கள் கைகளில்.

இன்றும் எங்களிடையே சண்டை வராமல் இல்லை. ஆனால் அது என் மனதிலோ அவர் மனதிலோ காயம் ஏற்படுத்தும் வரை போனதில்லை.

இறுதியாக அவரின் விருப்ப நடிகரான கமல் சொல்வது போய் கடவுள் பாதி மிருகம் பாதியாக தான் தெரிகிறார். அல்லது எனது பார்வையில் பேரண்பும் பெரும் கோபமும் கொண்டவனாக தான் தெரிகிறார்.

சரி படித்து விட்டு நீங்கள் சொல்லுங்களேன் எனது கருத்து சரியா என்று.

அன்புடன்
அரவிந்த் சித்தார்த்
பெங்களூர்
12.11.23

I

வணக்கம். திரு வெற்றி மாறனின் வடசென்னை படம் உங்களில் எத்தனை பேருக்கு பிடிக்கும். கை உயர்த்தியவர்கள் மட்டும் தொடரவும். மற்றவர்கள் என்னை 'அப்பாலே போ சாத்தானே' என விலக்கிவிட்டுக் கடக்கவும்.

'வல்லவனுக்கும் உண்டு வழுக்குப் பாறை' என்ற சொலவடை வழக்கமாக வல்லவனுக்கும் தோல்வி வர கூடும் என்ற பதத்தில் தான் உபயோகப்படுத்துவார்கள். ஆனால் இங்கே சற்று நான் வித்தியாசமாகப் பார்க்கிறேன்.

திரு M.R. மாதவன் என்ற சிறு பையன் வெற்றிமாறனைப் பார்த்து

"இன்னா குரு" (இங்கே பெங்களூரில் குரு என்ற வார்த்தை நாம் என்ன தலைவா என்பது போல் உபயோகப் படுத்தப் படுகிறது) எப்படி நம்ம செய்கை என்று கேட்பதைப் போல இருக்கிறது. ஆமாம் அவரின் டைனோசர்ஸ்

(Die. No. Sirs இது தான் உண்மையான தலைப்பு) படத்தைப் பற்றி தான் பேசப் போகிறோம். வெற்றி மாறன் ஒரு தேர்ந்த இயக்குனர். ஆகவே அவர் வடசென்னையை கதை களமாக கொண்டு ஒரு தரமான கேங்ஸ்டர் படத்தை தர முடிந்தது. ஆனால் ஒரு அறிமுக இயக்குநர் வடசென்னை போல ஒரு சிக்கலான கதைக் களனை தேர்ந்தெடுத்து அதை வெற்றிகரமாகக் கையாளவும் செய்திருக்கிறார் என்றால் நிச்சயம் பாராட்டப் பட வேண்டியவர் தான்.

ஆரம்பக் காட்சிகளில் என்ன நாம் டைனோசர்ஸ் படம் பார்க்கிறோமா இல்லை வட சென்னை. பகுதி இரண்டு பார்க்கிறோமோ என்ற குழப்பம் வருவது இயல்புதான்.

(ஆனால் வட சென்னை கதைக்கும் இதற்கும் துளி கூட சம்பந்தம் இல்லாமல் பார்த்துக் கொண்டது இயக்குனரின் தனிப்பட்ட சாமார்த்தியம்.)

வட சென்னை படத்தை தோளில் தாங்கி ஓட தனுஷ், கிஷோர் போன்ற ஒரு தேர்ந்த நடிகர்கள் கூட்டம், மற்றும் பக்க பலமாக, டெக்னிக்கலா மிரட்டக் கூடிய என ஒரு வலுவான குழு வெற்றி மாறனிடம் இருந்தது. அதனால் அவரால் நின்று சண்டை செய்து ஜெயிக்க முடிந்தது.

ஆனால் டைனோசர்ஸ் ல் தேடித் தேடிப் பார்த்து விட்டேன் .ஒரு தொழில் முறை நடிகரைக் கூட காணவில்லை. ஆச்சர்யகரமாக அனைவரும் புது முகங்கள். அவர்களும் சிறப்பாகப் பாத்திரங்களோ ஒன்றிப் போய் நடித்துள்ளார்கள்.

சரி ஒரு நல்ல படம் எப்படி இருக்க வேண்டும். ஆசான் பாலு மகேந்திராவின் திரைப் படப் பயிற்சிப் பட்டறையில் சொல்லித் தருவது போல சரி போகட்டும். ஒரு நல்ல படம் என்பது நீங்கள் திரையரங்கை விட்டு வெளியே வரும் போது வெறும் கதையின் நாயகன் அல்லது நாயகி மட்டுமே உங்கள் கவனத்தில் இருக்க கூடாது. கதையின் நாயகன். வில்லன் மற்றபடி கதையைத் தாங்கிச் செல்லும் அனைத்து நடிக நடிகைகள் என அனைவரும் உங்கள் மனதில் இருக்க வேண்டும் என்பார்.

அது கிட்டதட்ட உண்மைதான் போலும். சரி உங்களுக்கு பிடித்த மூன்று படங்களை வரிசைப் படுத்துங்கள்.

ஆச்சா.

ஒவ்வொன்றாக நினைத்துப் பாருங்கள். வெறும் கதாநாயகன் அல்லது நாயகி மட்டும் நினைவுக்கு வரமாட்டார்கள். அவர்களுடன் நடித்த குறைந்து மூன்று கேரக்டர்களாவது உங்கள் மனதில் ஓடும்.

நாம் அனைவருக்கும் பிடித்த படம் மகாநதி (என்ன. அந்த படத்தை ஒரு முறை கூட தொடர்ந்து பார்க்க முடியவில்லை.இடையில் நிறுத்தி சற்று அழுது தான் தொடர வேண்டியுள்ளது ஒவ்வொரு முறையும்.)

மகாநதி என்றவுடன் கமலுக்கு இணையாக சிறையின் வார்டனாக வரும் துலுக்கானம் (பின்னால் மகாநதி சங்கர் என்று பெயர் மாற்றம் செய்து கொள்ளப் போகிறவர்), கமலின் மாமனாராக சிறு பாத்திரத்தில் வந்து போகும் பூர்ணம் விஸ்வநாதன், இன்று பிரபலமாக அறிய படுகிற

MLM Concept. OPIUM (Other people's Money) என்று கமலுக்கு அறிமுக படுத்தும் திரு கொச்சின் ஹனீபா, திரு சரண் ராஜ் என வரிசையாக நினைவில் வருவார்கள்.

இப்படி சின்ன சின்ன கேரக்டர்களில் கவனம் செலுத்தியதால் தான் அந்த படம் இன்றும் காலத்தைக் கடந்து நிற்கிறது.

மேற்கூறிய பார்முலா கிட்டதட்ட இன்று நாம் கிளாசிக்கான படம் என்று கொண்டாடும் அனைத்திலும் இருக்கும்.

திரைக்கதை மன்னனான திரு ஸிட்பில்ட் (பெரிதாக ஒன்றும் இல்லை. அந்த ஊர் பாக்கியராஜ். என்ன பாக்யராஜ் படம் இயக்கினார். ஸீட் பீல்ட் செய்ய வில்லை.அவ்வளவு தான் தீர்ந்தது விஷயம்.) புத்தகத்தில் அடிக்கோடிட்டுச் சொல்லிக் கொடுக்கப்படும் கேரக்டர் ***Establishment***. இயக்குனர் மிக திறமையாகக் கையாண்டுள்ளார்.

குறிப்பாகச் சாலையாரை அறிமுகப்படுத்தும் போது அவர் சிகரெட் பிடிக்கும் விதத்தில் சிறு மாற்றம் வைத்தது முதல் அவரை இடது கை பழக்கம் கொண்டவராக காண்பிப்பது வரை, இன்னொரு வில்லனான திரு கிளிப்பனை பக்திப் பழமாகக் காண்பிப்பது, எப்போதும் கருப்பு. வெள்ளை என இரு கற்களை உருட்டிக் கொண்டு இருப்பவாராக, தங்கை மேல் அதிக பாசம் உள்ளவராகக் காண்பிப்பது. கதையின் நாயகன் காதலில் விழாமல்,அப்படியே விழுந்தாலும் எப்போதும் எல்லா நேரங்களிலும் ஒரு விதமான உள்ளுணர்வுடன் இருப்பது என சின்ன சின்ன நகாசு வேலைகள் கதையை நகர்த்திச் செல்வதில் எந்த பங்கும் வகிக்க வில்லை என்றாலும். அந்த கேரக்டர்கள் மேல் நம் கவனம் பட உதவுகிறது.

அது மட்டுமல்லாமல் கதாநாயகனை மட்டுமல்லாது கூட இருப்பவர்களையும் ஷார்ப் மெமரி உள்ளவர்களாகக் காண்பிப்பது.

2

உதாரணமாக, துரை தான் கண்டுபிடிக்க பட்டோம் என்பதை அறிந்து கொள்ளும் Sequence.

கதாநாயகன் போற போக்கில் “நம்ம கையிலும் கத்திய குடுக்க பாக்குதுங்கோ” என்ற தெளிவுடன் இருப்பது என நிறைய இருக்கிறது.

கதையின் மேல் பிடிப்பு வர திரைக்கதையின் தங்க விதிபடி கதையின் பர்ஸ்ட் பிளாஷ் பாயிண்டுக்கு தெரிந்தோ தெரியாமலோ காதநாயகனே காரணமாக இருப்பது என சிலாகிக்க நிறைய இருக்கிறது.

ஒரு பக்கா மாஸான ஆக்ஷன் ன் ப்ளாக்டன் ஒரு இன்டர்வல்.

குறிப்பாக, இடைவேளைக்கு அப்புறம் வரும் ஒரு 15 நிமிட சாவு வீட்டு Sequence. இயக்குனர் எப்படி எழுதியிருப்பார் என்பதனை நினைத்தால் பிரமிப்பாக இருக்கிறது. அதை விட எழுதியதை திரைக்கு கடத்திய விதம் .(முதன் முதலாக தமில் சினிமாவில் ஒரு எழவு வீட்டில் ரஷ்ய இசை நாடக வடிவான ஒப்ரா பிண்ணியில் ஒலிப்பதை இப்போது தான் கேட்கிறேன்)

இப்படி நிறைய சொல்லி கொண்டே போகலாம். மிக குறிப்பாக பலம் என்று பார்த்தால் இப்படத்தின் ஸ்கிரின் ப்ளே வும் வசனமும் தான். Background Score, பாடல்கள், ஆர்ட் டைரக்ஷன் என எல்லாம் நன்றாக கூடி வந்த கலவை இது. சரி இந்த படத்தில் குறைகளே இல்லையா என்று கேட்டால் மூன்று விதமான குறைகளை சொல்லாம்.

முதலில் கதாநாயகி ஐஸ்வர்யா ராஜேஷ் மாதிரி ஒரு வடசென்னை முகம் கொண்ட கதாநாயகி இல்லாதது. கதாநாயகி ஏதோ ராஜஸ்தான் சேட்டு வீட்டு பெண்ணை போல இருப்பது துளியும் படத்தோடு ஒட்டவில்லை. அதுமில்லாமல் அவர் உடைகளும் சம்பந்தா சம்பந்தம் இல்லாமல் நவநாகரீக ஒரு High Class Touch உடன் இருப்பது. (ஒரு வேளை வடசென்னை அருகில் சௌகார் பேட்டை இருப்பதால் கதாநாயகி சேட்டு வீட்டு பெண் போலும்).

இரண்டு வடசென்னையின் இயல்பான பேச்சு வழக்கு இல்லை. வெற்றி மாறன் இதனைக் கவனமாகக் கையாண்டு இருப்பார். (நான் 2001 பொழுதுகளில் வடசென்னையின் ஒரு பகுதியில் வாழ்ந்திருக்கிறேன். எனவே அங்கு பேச்சு வழக்கு எப்படி இருக்கும் என்பது தெரியம்). அது இந்தப் படத்தில் மிஸ்ஸிங்.

முத்தாய்ப்பாக படம் முடிய அரை மணி நேரம் இருக்கும் போது படம் இன்ஜின் பழுதான விமானம் Glider ல் பறந்து தட்டுத் தடுமாறி வந்து தரை இறங்குவது போல் தான் படம் முடிகிறது.

இந்தக் கடைசி அரைமணி நேரம் என்பது சினிமாவில் தங்க மணித்துளிகள். (ஷங்கர், பாலா, வெற்றி மாறன் போன்ற இயக்குனர்களின் படங்களில் இந்தக் கடைசி அரை மணி நேரம் சும்மா வாலில் தீ வைத்த மாதிரி பரபரவென்று ஓடி முடியும்)

பரவாயில்லை. அறிமுக இயக்குனர் தன் முதல் படத்தில் இத்தனை வித்தைகளையும் காண்பிப்பது சற்று சிரமம் தான்.

எனவே நல்வரவு. திரு மாதவன். அடுத்த அடுத்த படங்களில் ஜொலிக்கத் தொடங்குங்கள்.

3

போன வாரம் அதிதீவிர சாய்பாபா பக்தையான என்னுடைய மனைவி இனிமேல் நான் ஒரு பெரியாரிஸ்ட் என்று பிரகடனப்படுத்தி கொண்டாள்.

கலி முத்திடுத்து என்று கிண்டல் செய்தோம்.

உடனே அவள் "ஆமாம் பெரியார் அளவுக்கு பெண் விடுதலை, பெண் உரிமையை பற்றி உலகில் வேறு எந்தத் தலைவரும் பேச வில்லை .கண்டிப்பாக அவர் ஒரு விஷனரி லீடர் தான்" என்றாள்.

இதில் வியப்பான விஷயம் என்னவென்றால் என் மனைவியின் தோழியான ஒரு ஐயங்கார் மாமி தீவிரமான இடது சாரி சிந்தனையாளர் மற்றும் விடுதலைப் புலிகளின் தலைவரான திரு பிரபாகரனின் ஆதரவாளர்.

இதெல்லாம் எப்படி சாத்தியமானது என்று யோசனை செய்தால் இந்த சமூக வலைதளங்களின் வீச்சு பிரமிக்க வைக்கிறது.

பொதுவாக இளங்கலை அல்லது முதுகலைப் பட்டம் பெற்று, திருமணம் ஆகி, பின் குடும்பம், குழந்தைகளுக்காக House Maker ஆக இருக்கும் பெண்களின் சிந்தனை வீச்சு பிரமிக்க வைக்கிறது.

(இந்த சமூக வலை தளங்களைப் பயன்படுத்துதில் ஆண், பெண், படித்தவர்கள், படிக்காதவர்கள் என்ற பேதமில்லை).

படித்தவர்கள் ஒரு மாதிரியாக இந்த வாட்ஸ்அப், ட்விட்டரை உபயோகிக்கிறார்கள் என்றால், எளிய, கிராமப்புற, அதிகம் படிக்காத கிராம புற பெண்கள் இன்ஸ்டா ரீல்ஸை உபயோகப் படுத்துவது அதிகரித்துள்ளது.

பாரதி பாடியது போல எங்கெங்கு காணிலும் சக்தியடா என்பது போல் இந்த இன்ஸ்டா ரீல்ஸ் முழுவதும் எளிய கிராமப்புறப் பெண்கள் நிறைந்துள்ளார்கள். பாடுகிறார்கள். ஆடுகிறார்கள். "ஆச அதிகம் வச்சு" என்ற பாடலுக்கு வாயசைத்து நடனமாடுகிறார்கள்.

ஏன்... திருநெல்வேலிக்கு அருகே ஒரு கிராமத்தில் சாதாரண மரக்கடை வைத்திருக்கும். P. முத்து இன்று எப்படி செலிபரட்டியாக மாறி பிக் பாஸ் வீட்டிற்கு தேர்வாகி சில பல லட்சங்களை அள்ளினார். என்பதனைப் பற்றி ஏற்கனவே எழுதியுள்ளேன்.

ஏன் இன்று கூட பல படங்களில் அவர் ரெபரன்ஸ் பாயிண்டாக வருகிறார். சில படங்களில் நடிக்கவும் செய்கிறார் (சம்பளம் சில லட்சங்கள் தான்)

அடுத்த வரவாக அமலா ஷாஜி இருப்பார் என்று நம்புகிறேன்.

சரி போகட்டும், நாம் கதைக்கு வருவோம். எப்படி இந்த சமுக வலைதளங்கள் தமிழக பெண்கள் வாழ்வில் நீக்கமற நிறைந்துள்ளன என்று பார்ப்போம்.

ஏன் என் மனைவியையே எடுத்துக் கொள்வோம்.

முன்பே சொன்ன மாதிரி வேண்டும் வியாழன், வியாழன் அன்று ஷிர்டி சாய் பாபாவுக்கு விரதம் இருக்கும், அவரையே முழு முதல் கடவுளாக வழிபடும் அவள் இன்று முதல் நான் பெரியாரிஸ்ட் என்கிறாள்.

இது எப்படி சாத்தியமானது. எனக்குத் தெரிந்த வகையில் அவளுக்கு புத்தங்கள் படிக்கும் வழக்கமோ அல்லது தினமும் செய்தி தாள்கள் படிக்கும் வழக்கமோ கிடையாது.அத்தி பூத்தாற்போல தொலைக்காட்சிகளில் செய்திகளைப் பார்ப்பாள்.

ஆனால் கடந்த நான்கு ஐந்து வருடங்களாக வாட்ஸ் அப் உபயோகபடுத்துகிறாள். நிறைய You Tube காணொளிகளைப் பார்க்கிறாள். (அதில் நிறைய சமையல் சேனல்கள் தான் என்பது வேறு விஷயம்) அவளுக்கென்ன ஒத்த கருத்துள்ள மற்ற குழந்தைகளின் தாய்மார்கள் கொண்ட வாட்ஸ்அப் குழுக்களில் இருக்கிறாள்.

நிறைய வாத பிரதி வாதங்கள் நடக்கின்றன. முன்பு போல் அல்லாமல் எது நடந்தாலும் உடனுக்குடன் Whats up மூலம் தெரிய வருகிறது.

படிக்க விட்ட அல்லது வேலைப் பளுவால் படிக்க முடியாமல் போன அனைத்தும் You Tube ன் மூலம் சிறு சிறு கானொளிகளாக கிடைக்கின்றன. அவற்றை பார்க்கிறாள்.

ஒரு தடையில்லா அதிவேக இணைய இணைப்பும் ஒரு Smart Phoneம். அவள் அன்று முதல் இன்று வரை ஆப்பிள் போன் தான் உபயோக்கிறாள்.

என்ன, என் மைத்துனன்-அதாவது, அவள் தம்பி அமெரிக்காவிலிருந்து வாங்கிக் கொடுத்து விடுகிறான். நானோ ஆண்ராய்டு அப்பனின் காலில் விழுந்து கிடக்கிறேன்)

கடந்த பத்தாண்டுகளில் ஏற்படுத்தியுள்ள சமுக பொருளாதார தாக்கங்களை பற்றி யாராவது ஆய்வு கட்டுரை சமர்ப்பித்தால் இன்னும் நிறைய தெரியவரும்.

எது எப்படியோ ஒரு சாய்பாபா பக்தை பெரியாரிஸ்டாக மாறியதை உடனிருந்து பார்க்கிறேன்.

பின் குறிப்பு

என் மகன், அவளை என்ன நீ பெரியாரிஸ்ட் என்கிறாய் ஆனால் தினமும் சாமி கும்பிட தவறுவது இல்லை... என கேலி செய்து சிரிப்பான்.

நான், தினமும் சாய்பாபாவை கும்பிடும் ஆனால் பெரியாரியக் கருத்துகளைப் பின்பற்றும் ஹைபிரிட் மாடல் பெரியாரிஸ்டுடா என்றாவறு விநாயக சதுர்த்தி கும்பிட பூ கட்டத் தொடங்கி விட்டாள்

4

இந்த "டிஜிட்டல் புட் பிரிண்ட்" பற்றி கடந்த சில நாட்களாக யோசித்துக் கொண்டு உள்ளேன். நல்ல ஒரு 150 பக்க புத்தகம் எழுத கூடிய அளவு Materials/ Content எடுத்து வைத்து உள்ளேன். மனதளவில் எங்கே ஆரம்பிக்க வேண்டும், எத்தனை Chapters எழுத இருக்க வேண்டும், எதை Emphasis பண்ணி சொல்ல வேண்டும், எதை சும்மா போகிற போக்கில் தொட்டுச் செல்லலாம் என்பது வரை முடிவு செய்து வைத்திருக்கிறேன். இதற்காக நிறைய படித்தேன். நிறைய Documents Series பார்த்தேன். கடந்த சில நாட்களுக்கு முன் Net Flix ல் பார்த்த "GREAT HACK" என்ற ஆவணப் படம் இந்த மன ஓட்டத்தைப் பூர்த்தி செய்தது. Yes. இது தான் content. இப்படி தான் இருக்க வேண்டும் அத்தியாயங்கள் என்று முடிவு செய்ய வைத்து விட்டது. கடைசியாகப் பார்த்த Net Flix Series.

என் நண்பன் சண்முக ராஜன் சொல்லுவான். "மச்சான் படம் முடிஞ்சு பாருட ன்னு. இதுல என்ன Importantce என்றால் இதை அவன் ஒவ்வொரு முறை சொல்லும் போதும் படத்திற்கான டைட்டில் கூட முடிவாகி இருக்காது. ஒரே ஒரு பிரேம் கூட எடுத்து இருக்க மாட்டான். "என்னடா இப்படி சொல்ற. Knot எழுத ஆரம்பிச்சிட்டியா." என்று கேட்பேன். "இல்ல மச்சான். படம் முழுக்க பிரேம் பை பிரேம் மனசுல இருக்கு.. can visualise and seeing it. இனி Just Celluloid. எடுத்துப் போட வேண்டியது தான் பாக்கி" என்பான். எனக்கு அப்போது புரிய வில்லை. இப்போ லேசா புரிகிற மாதிரி இருக்கு.

சரி விஷயத்துக்கு வருவோம்,

2019 ஆண்டு இந்த Cambridge Analytica வைப் பற்றிப் படித்த நியாபகம் உள்ளது. பிறகு 2020ல் Cambridge Analytics வை பற்றிய ஒரு Docubay series ம் பார்த்தேன். ஏதோ நடந்து இருக்கிறது என்று புரிந்தது. ஆனால் முழுமையாக ஒரு Shape க்கு வர முடிய வில்லை.

ஆனால் கடந்த மாதம் கட்டாய ஓய்வினால் நிறைய படிக்க முடிந்தது. அப்போது தான் இந்த *Digital Foot Print, Data Points, Cambridge Analytica, BREXIT referendum* பற்றிய பிரமாண்டம் தெரிய வந்தது. முத்தாய்ப்பாக *Great Hack series* பார்த்தவுடன் *Yes, Everything falls in place.*

நாம் ஒவ்வொரு நாளும் எவ்வளவு *Digital Prints* . விட்டு செல்கிறோம். அது எப்படி *Data points* ஆக மாறுகிறது. அதனால் நம்மை மாதிரியான சராசரி நபர்களிடம் ஏற்படுத்துகிற விளைவுகள் என்னென்ன என்று நினைத்து பார்க்கிற போது சற்று பிரமிப்பாக இருந்தது.

இந்த *Data Points.* வைத்து மார்கெட்டிங், *Consumer behaviour and patterns, Psychographic segmentation* வரை கூட எனக்கு ஓகே தான்.

ஒருவரின் 80 *Data points* போதும் அந்த நபரை பற்றி ஒரு மாதிரி "குண்ஸாக" கணிப்பதற்க்கு என்று சொல்லுகிறார்கள். அதே 450 *data points* என்றால் உற்ற நன்பனிடம் சொல்லாத தகவல்கள் கூட தெரியும். 1000 *Data point*கு மேல் என்றால் உங்கள் மனைவியிடம் அல்லது கணவனிடம் கூட பகிர்ந்து கொள்ளாத தகவல்கள் "அவர்களுக்கு தெரியும்"

நம் ஒவ்வொருவரை பற்றியும் (இங்கே நாம் என சொல்வது இந்த பூமி பந்தில் உள்ள அனைவரையும். கிட்ட தட்ட 8500 *data point* தற்போதயை தேதி வரை இருப்பதாக தரவுகள் சொல்கிறது.. *Data points* என்பது நீங்கள் *face book* ல் போடுகிற ஒரு "லைக்" லவ் ஆரம்பித்து, இந்த *What's up message* முதற்கொண்டு. *Twitter RT, Google maps, online purchasing ,Swiggy, Zomato,. mail* என்று ஒவ்வொன்றும் ஒரு *Data point* தான்.

முன்பே சொன்ன மாதிரி இந்த *data points.* வைத்து *Customer be haviour patterns AI* மூலமாக *analyse* செய்து பொருட்கள் விற்பது வரை எனக்கோ உங்களுக்கோ எந்த பிரச்சனையும் இல்லை. (என்ன காசு தான் கரியாகும்.)

ஆனால், பிரச்சினை எங்கே ஆரம்பிக்கிறது என்றால் இந்த *data points* தரவுகளை வைத்துக் கொண்டு குறிப்பிட்ட பகுதி மக்களை *polarise* பண்ணுவதில் ஆரம்பித்து, ஒரு நாட்டின் தலைவராக யார் வர வேண்டும் என்பது வரை இதன் கரங்கள் நீளுகின்றன. *Net Flix* ன் *Great Hack series* ல் போகிற போக்கில் ஒரு வினாடி ஒரே ஒரு பிரேம்ல் இந்தியாவும் தோன்றி மறைகிறது. அதனைப் பார்த்த போது சற்று அதிர்ச்சியாக இருந்தது.

(சரி. நீங்கள் சொல்லுங்கள். 2016 அமெரிக்க தேர்தலின் போது Donald Trump என்ற பெயர் தெரியுமா? எனக்கு தெரியாது. அமெரிக்காவிற்கு வெளியே உள்ள பலரும் நான், நீங்கள் உள்பட்ட, நம் அனைவருக்கும் தெரிந்த பெயர் ஹிலாரி கிளின்டன். அவர் அமெரிக்கத் தேர்தலில் போட்டியிடுகிறார். அவருக்குப் பெருவாரியான ஆதரவும் இருக்கிறது. எனவே அவர் தேர்ந்தெடுக்கப்பட வாய்ப்பு அதிகம். இது தான் நம்மில் பெருவாரியான பேர்களுக்குத் தெரியும். ஆனால் தலைவன் டிரம்ப் அலெக்சாண்டர் நிக்ஸ் ங்கற சேவலை இறக்கி swing votes. influence செய்து பந்தயம் அடித்தான்.)

அலெக்சாண்டர் நிக்ஸ் இதனை எப்படி சாத்தியப்படுத்தினார் என்பது தனி அத்தியமாகப் பேச வேண்டிய விஷயம். குறிப்பாக, ஹிலாரியின் தனிப்பட்ட உரையாடல்கள், அவரின். மெயல்கள் தினந்தோறும் கசிந்து வழிந்தோடிய கதையும், முக்கியமாக Crooked Hillary என்ற பல ஆயிரம் புகைப்படங்களும் எண்ணற்ற கதைகளை சொல்கின்றன.)

இன்னும் சொல்லப் போனால் Cambridge Analytica வின் வீர தீர செயல்கள் BREXIT வரை இருப்பதாகக் கருத படுகிறது.

இதுதான் எனக்கு இதனைப் பற்றி எல்லா முழுமையான தரவுகளுடன் எழுத வேண்டும் என்று தோன்றியது.

நிறைவாக எனக்குத் தோன்றுவது இது தான். டேய் யப்பா. மார்க்கு, Google, Amazon, Twitter இன்னும் பல Data மொதலாளிங்களே. நல்லா வியாபாரம் பண்ணுங்க. சந்தோஷமா, செழிப்பா வாழுங்க. காச கொட்டித் தர நாங்க இருக்கோம். எங்க கிட்ட வாங்க.

மத்த ஏழரையெல்லாம் பன்னாதீங்கப்பா.

உங்களுக்குப் புண்ணியமா போகும்.

(ஒரு வேளை புத்தகம் வந்தால், அது கிறிட்போர் வைல் (Wylie) க்கு சமர்ப்பிக்கப்படும். ஏனென்றால், அவர் எழுப்பிய சிறு கேள்வி தான் எல்லாவற்றிக்கும் துவக்கப்புள்ளி)

5

இந்த Absolute Immersion என்ற வார்த்தையை பற்றி நீங்கள் என்ன நினைக்கிறீர்கள்?

கடந்த வருடம் மகள் சந்தித்த ஒரு விபத்து. எனக்கு முட்டி வலியால் நடக்க இயலாமல் ஒரு மாதம் மருத்துவமனை இருப்பு. இந்த உளச் சிக்கல்களிலிருந்து ஒரு மாற்றாக இருக்கட்டுமே என்று தான். மாதம் முன்பு எழுத ஆரம்பித்தேன். முன்பே சொன்ன மாதிரி அதற்கு முன் கடந்த 25 வருடமாக ஏன் கடிதம் கூட எழுதியது கிடையாது அலுவலக அறிக்கைகள், கடிதங்கள் நீங்கலாக. ஆனால் இந்த. மாதமாக தினமும் எழுதுகிறேன். அதில் 25 சதவீதம் மட்டும் தான் உங்கள் பார்வைக்கு வருகிறது. நான் இப்படி ஆனேன் என்பது எனக்கே தெரியவில்லை.

அதுவும் மார்ச் மாதத்தில் வங்கி அதிகாரியான என்னால் இப்படி எழுதிக் கொண்டிருக்க முடியும் என்று நீங்கள் சொல்லி இருந்தால் நான் உங்களை ஹாஹா என்ற சிரிப்புடன் கேலி செய்திருப்பேன். அதற்காக என் அலுவலகப் பணியிலோ அல்லது குடும்பப் பொறுப்பிலோ துளியும் விலக வில்லை.

அலுவலகம். குடும்பம் என்று காலை ஏழு மணியிலிருந்து இரவு பதினொரு மணி வரை பரபரப்பாக இயங்கிக் கொண்டிருக்கிறேன். சனி ஞாயிறு விடுமுறை நாட்களிலும் கூட.

ஆனால் எழுத்து ஒரு அன்றாட நிகழ்வாகி விட்டது. சரி இது என்னுடைய ப்ளஸ் பாயின்ட்டா மைனஸ் பாயிண்டா தெரியவில்லை. ஏதாவது ஒன்றில் இறங்கினால் அதில் ஒரு எக்ஸெல் ஆக இருக்க வேண்டி நினைப்பது.

நினைத்து உழைப்பது. இது எனக்கு சோர்வைத் தரவில்லை மாறாக, உற்சாகத்தைத் தான் தருகிறது. பார்ப் போம்.

இது வரமா. சாபமா?

இதில் ஒரு நாவலை எடுத்துக் கொண்டு அதற்குத் திரைக்கதை வடிவம் கொடுக்கும் ஆரம்பக் கட்ட பணிகள் வேறு.

சரி சரி, விஷயத்துக்கு வருகிறேன்.

அடுத்ததாக, அதித திறமை இருந்தும் வெற்றிக்காக கடந்த பத்து இருபது வருடங்களாகப் போராடும் மனிதர்களைப் பற்றிய தொடர் ஆரம்பிக்க உத்தேசம். (புன்னகை மன்னன் நாம் அனைவரும் கொண்டாடி தீர்த்த படம். அந்தப் படத்திற்கு ஒரு தீபாவளி அன்று திருச்சி மாரிஸ் போர்ட். மதிக்குத் தெரியும்) என்ற திரையரங்கில் காலை 9.00 மணிக்கு சென்று க்யூவில் நின்று மாலை ஆறு மணிக்கு டிக்கட் வாங்கி பார்த்த படம்.) ஒரு கொழுத்த தீபாவளி நன்நாளில் காலை 9.00 மணியிலிருந்து நின்றுகொண்டே இருந்து டிக்கெட் வாங்கி மாலை ஆறு மணிக்கு திரையரங்கில் நுழைந்து படம் பார்த்து விட்டு இரவு பத்து மணிக்கு நானும் எனது நண்பனும் வீடு திரும்பினோம்.

இடையில் சாப்பாடு "வாஷ் ரூம்" போவது, "ரிப்ரெஷ்" பண்ண டீ காபி நொறுக்குத் தீனி எதுவும் கிடையாது. இப்போது நினைத்தால் மலைப்பாக இருக்கிறது.)

அந்தப் படத்தில் சில காட்சிகளில் தோன்றிய திரு ஹூசைனி பற்றியும் திரு சுந்தர் பற்றியும் தான் எழுதப் போகிறேன்.

அந்த படம் பார்த்த போது இவர்களை எனக்கு அல்லது நமக்கு தெரியவே இல்லை. ஒரு சில காட்சிகளில் மட்டுமே வருவதாக இருக்கலாம். ஆனால் இருவரும் அதித திறமை சாலிகள்.

அதில் திரு ஹூசைனி சற்று வேறு விதமாக "லைம் லைட்டு" க்கு வந்து விட்டார். மிக திறமையான வில் வித்தை கலைஞர், நியோ சர்ரியலிச ஓவியத்தில் இந்தியாவில் விரல் விட்டு எண்ண கூடிய மேதமை கொண்டவர்.போதாதக் குறைக்கு மிக தேர்ந்த கராத்தே மாஸ்டர். மார்ஷியல் ஆர்ட் கில்லி இப்படி ஒரு மனிதன் எத்தனை அவதாரம் தான் எடுக்க முடியும்.

ஆனால் எடுக்கும் அல்லது எடுத்த ஒவ்வொரு அவதாரத்திலும் அவர் தான் டாப். (★பத்ரி படத்தில் விஜயின் கை விரல்கள் மேல் ஒரு ஜீப் ஏறி செல்லுமே, அந்தக் காட்சியை வடிவமைத்து யுக்திகளை விஜய்க்குச் சொல்லிக் கொடுத்து கிட்ட தட்ட ரியலாக எடுக்க உதவியவர். இடையில் முன்னாள் முதல்வர் திருமதி ஜெயலலிதாவின் படத்தை 20 அடியில் மனித ரத்தம் கொண்டு வரைந்து ஏழரையில் சிக்கியவர். ஆனால் இன்றும் அவருக்கான நிலையான அங்கீகாரம் வேண்டிப் போராடிக் கொண்டிருக்கிறார்.

இவராவது பரவாயில்லை. அடுத்த நபர் திரு சுந்தர். (சுந்தர் என்றால் நமக்கெல்லாம் அவ்வளவு தெரியாது. ஆனால் சார்பேட்டாவில் இவர் பேசிய வசனம் மிக பிரபலம் என்ன ரங்கா ஜோக் காட்டுறியா?. ஜோக் அடிக்கிறியா இல்ல. ஜோக் பண்ணுறியா என்று சொல்லாமல் ஜோக் காட்டுறியா என்று பேசி பிரபலமானவர்). பா. ரஞ்சித் மாதிரியான ஒரு ஆளுமை இயக்குனரின் படத்தில் அவர் அனுமதியின்றி ஒரு வார்த்தை ஒரே ஒரு வார்த்தை ஏன் ஒரு பிரேம் கூட இருக்காது. ஆனால் அவரை கன்வின்ஸ் பண்ணி ஒரு வார்த்தைக்குப் பதில் ஒரு வார்த்தையைச் சேர்த்திருப்பார். இது எனது திரையுலக நண்பர்களுடன் மூலமாக அறிந்தது.)

மிக மிக சிறந்த படிப்பாளி. பங்குச் சந்தை குறித்து அக்கு வேராக ஆணி வேராக அலசுபவர். High Frequency Trading Scam பற்றி தமிழ்கூறும் நல்லுலகுக்கு அறிமுகப் படுத்தியவர். மைக்கேல் லூயிஸ் எழுதிய ஃப்ளாஷ் பாய்ஸ் புத்தகத்தை ரொம்ப வருடம் முன்னே படித்து அதை பற்றி ரிவ்யூ எழுதியவர். Non Fungible Token. NFT) பற்றி தெளிவாக விளக்கக் கூடியவர். இப்படி இவரும் ஒரு பன்முக திறமையாளர். ஆனால் அது எப்படி ஒரு மனிதன் லைம் லைட்டுக்கு வர 35 வருடம் காத்திருக்க முடியும். இடையில் சில படங்களில் வில்லனுடன் இருக்கும் சில பல அடியாட்களில் ஒருவராக நடித்திருக்கிறார். மிக பெரிய ஆச்சர்யம் இவர் எனக்கு எனவே இவர் இரண்டாவது அத்தியாயத்தில் இடம் பெறப் போகிறவர்.

மூன்றாவது இசையமைப்பாளர் திரு. R ரகு நந்தன்

வெகு சில படங்கள் தான். ஆனால் அத்தனையும் முத்துக்கள். உங்களில் எத்தனை பேர் இயக்குனர் சீனு ராமசாமியின் நீர்ப் பறவை

படம் பார்த்திருக்கிறீர்கள். ஒரு தரமான படைப்பு. அதில் வரும் ரத்தக் கண்ணீர் முடிவதில்லை.... என்ற பாட்டை நான் எப்போ எல்லாம் டவுன் ஆக பீல் செய்கிறோனோ அப்போதெல்லாம் கேட்பேன். அவர் ஒரு நிகழ மறுத்த அதிசயம்.

நான்காவது. இசையமைப்பாளர் திரு பரணி

பார்வை ஒன்று போதுமே படத்தின் இசையமைப்பாளர்

சிம்ரன் தங்கையும் குனாலும் பாடும் துளி துளியாய் சொட்டும் மழை துளியாய்... என்ற பாடலாகட்டும்

"திரும்ப திரும்ப பார்த்து பார்த்து... திரும்ப திரும்ப கேட்டு கேட்டு.... என்ற பாடல்கள் போதும். அவர் திறமையைப் பறை சாற்ற

So இந்த மாதிரி திறமை இருந்தும் அங்கீகாரம் கிடைக்கப் போராடி கொண்டிருக்கும் மனிதர்களைப் பற்றி தான் எழுதப் போகிறேன்.

6

சமீபத்தில் மேற்குலக மருத்துத்வதுறையில் நடக்கும் சில பல அநீதிகளைப் படிக்கவும் Documentary வழியாக பார்க்கவும் நேர்ந்தது. அதற்காக நான் மேலை நாட்டு மருத்துவமுறைக்கு எதிரானவன் இல்லை. குறிப்பாக என் சுய அனுபவத்தின் மூலமாகவும் கேட்டு அறிந்ததன் வழியாகவும் நமது மரபு வழி மருத்துவம் எனக்கு என்றுமே உவப்பானதாக இருந்ததில்லை. அதற்காக அந்த மருத்துவ முறைகள் தவறு என்று முடிவுக்கும் போகவில்லை. Clinically Unproven என்ற பதம் இங்கே சற்று உகந்ததாக இருக்கும்.

மரபு வழி மருத்துவம் மற்றும், So called மெத்த படித்த அலோபதி மருத்துவர்களுடன் எனக்கு ஏற்பட்ட அனுபவங்களை மருத்துவ சுயபுராணம் என மூன்று பாகங்களாக எழுதிக் கொண்டிருக்கிறேன். இரண்டு பாகம் எழுதி முடித்தாகி விட்டது. நேயர் விருப்பத்தின் படி post பண்ணப் படும். ஆனால் மூன்றாவது பாகம் பாதியில் நிற்கிறது. ஏனென்றால், மூன்றாவது பாகம் இன்னும் நடந்து கொண்டுள்ளது. இரண்டாவது பாகத்தில் எனக்கு ஏற்பட்ட சிறு Medical Negligence பற்றியும் எழுதியுள்ளேன்.

(இதோ இதனை எழுதத் தொடங்கிய 15.11.22 தேதியில் ஒரு பதினெட்டு வயது கால்பந்து வீராங்கனை பிரியா என்ற பெண் நம்மிடருந்து விடைபெற்றுக் கொண்டாள். காரணம் Medical Negligence. நன்றாக ஆடி ஓடி கால்பந்து விளையாட்டில் மாவட்ட அளவிலும் மாநில அளவிலும் தன் பெயரை நிலைநிறுத்திய ஒரு குழந்தை அவள். ஒரு சாதாரண லிகமெண்ட் Tear க்காக மருத்துவமனையில் அனுமதிக்கப்பட்டு ஆர்த்தோஸ்கோபி அறுவை சிகிச்சையில் விளைந்த தவறால் இன்று இறந்து போனாள். பதினெட்டே வயது இளம் பெண். அதற்காக நமது முழு மெடிக்கல் ஸிஸ்டத்தையும்

குறை சொல்ல விரும்ப வில்லை. நமது தமிழகத்தில் ஒரு நாளைக்கு மட்டும் குறைந்தது ஆயிரத்தும் மேற்பட்ட அறுவை சிகிச்சைகள் அரசு மருத்துவமனையில் நடப்பதாக புள்ளி விவரங்கள் சொல்கின்றன. அதனை *Compare* செய்யும் போது இந்த மாதிரி ஒன்றிரண்டு மனதைத் தடுமாற வைக்கும் இறப்புகள் சகஜம் என்று புத்தி ஏற்றுக் கொண்டாலும் மனது ஏற்று கொள்ள மறுக்கிறது).

நான் இந்தியன் தாத்தா கமல் இல்லை. எனக்கு மனசு, புத்தி எல்லாம் ஒன்றுதான் ன்னு சொல்ல)

மூன்றாவது பாகமாக ஹோமியோபதி யில் கடந்த ஒரு மாதமாக சிகிச்சை எடுத்துக் கொண்டு உள்ளேன்.

அது முடிந்தவுடன் ஒரு முடிவுக்கு வருவேன். பின் என்னுடைய சுய அனுபவத்தை மூன்றாம் பாகமாக எழுதுவேன். ஒரு விஷயத்தில் சுய அனுபவமோ அல்லது ஆழ்ந்த படித்து கருத்துகளை உள்வாங்கி, அதற்கு எதிர்தரப்புக் கருத்துகளையும் அவர்கள் கோணத்தில் . *College* படிக்கும் போது எனக்கு *Sympathy* க்கும் *Empathy* க்கும் வேறுபாடு தெரியாது.) இருந்து பார்த்து பின் ஒரு முடிவுக்கு வருவேன். ஆனால் முடிவுக்கு வந்த பின் அதனை எக்காரணம் கொண்டு மாற்றிக் கொள்ள மாட்டேன். ஒரு தடவ முடிவு பண்ணிட்டா என் பேச்சை நானே கேட்க மாட்டேன் ங்கற "அணில்"ன் பஞ்ச் டயலாக் எல்லாம் இல்லை என்று பொய் சொல்ல மாட்டேன்.. அணில் யார், ஆமை யார் என்று கேட்பவர்கள் உடனடியாக ஆட்டத்தில் இருந்து தள்ளி வைக்கப் படுவார்கள்)

சரி சரி டாபிக் திசை மாறுகிறது.

(Big Pharma) என்ற டாக்குமெண்டரி *You tube* லேயே கிடைக்கிறது. லிங்க் *Share* பண்ணுகிறேன்

மேலும் அதிகமான தகவல்கள் *Docubay series*. *NetFlix* ல் இன்னும் தெளிவாக ஆதாரங்கள் மற்றும் தரவுகளுடன் காண கிடைக்கிறது.

மைக்கேல் மூர் ன். *Fahrenheit 9/11* இந்த மாதிரி *Documentary Se ries* தான் இந்த மாதிரி உண்மைக்கு அருகில் செல்லும் *Documentary* களுக்கு ஆதர்சம். (உண்மைக்கு அருகில் என்ற வார்த்தை மிகவும் யோசித்துப் பயன்படுத்தியது. ஏனென்றால் *Absolute Truth* என்று ஒன்று இங்கு கிடையாது. அதில் 0.1% அளவிற்காவது *Compromise* பண்ணிக் கொண்டிருக்கக் கூடும் ஆசான் சுஜாதா கூட ஏறக்குறைய சொர்க்கம் என்று தான் நாவல் எழுதினார். முழு சொர்க்கம் இல்லை

2007 ல் இவரின் *Sicko (Health care in United States)* பார்த்திருந்தாலும் நேற்று பார்த்த *Bleeding Edge* என்ற *Netflix Documentary* படம் முற்றிலும் புதிய கோணத்தை தந்தது.

இது நாள் வரை நான் கேட்ட, பார்த்த, படித்த மருத்துவ உலகின் இன்னொரு பக்கத்தை இந்தப் படம் ஆராய்கிறது.

எனக்குத் தெரிந்த வரை மருத்துவர்களின் *Negligence*, அரசின் கட்டப்பட்ட கரங்கள். போலி அல்லது தரமற்ற மருந்துகள், மருந்து கம்பெனிகளின் *Cut Throat Competition* என்பதையெல்லாம் தாண்டி மருத்துவ உபகரணங்களுக்கான மிக பெரிய சந்தை என்று ஒன்று உண்டு. அதில் நடக்கும் "கோல் மால்" களைப் பார்க்கும் போது அதனுடன் இந்த மருந்து சந்தை ஊழல்களை எல்லாம் ஒப்பிடும் போது வேட்டையாடு விளையாடு கமல் போல .... டேய் சின்ன பசங்களா ஓரமா போய் விளையாடுங்கடா என்று சொல்வது போல் தோன்றுகிறது. (........ இந்தப் புள்ளிகளில் ஒரு வார்த்தை சொல்வார். சென்னையில் அது இயல்பான ஒரு வார்த்தையாகி விட்டது. அதன் ஒரிஜினல் அர்த்தத விட்டு வெகு தூரம் விலகி வெகு இயல்பான வார்த்தையாக போய் விட்டது. ஆனால் சென்னையை தவிர, அந்த வார்த்தைக்காக கொலை வரை போன கதையும் உண்டு.)

மருத்துவ உபகரண சந்தையில் இவ்வளவு நடக்கிறதா என்று பதைபதைக்க வைக்கிறது. மருத்துவமனையில் அறுவை சிகிச்சைக்கு முன் இந்திய தயாரிப்பு வேண்டுமா அல்லது இம்போர்டட் கொஞ்சம் கூடுதல் செலவாகும் ஆனால் தரம் நிரந்தரம் என்று சொல்லப்படும் வாக்குறுதிகளை கேலி செய்கிறது இந்தப் படம்.

அதிலும் சில பெண்கள் அவர்களின் சுய அனுபவங்களைப் பகிர்ந்து கொள்ளும் போது. குறிப்பாக படம் முடிய 38 நிமிடங்கள் இருக்கும். வெலவெலத்துப் போய்விட்டது.

கடந்த சில வருடங்களுக்கு முன்பு "*da Vinci Robot*" ஒரு திராட்சை பழத்தின் மேல் தோலை கிழித்து அதனை *SUTURE* போடும் போது பார்த்து கைய தட்டி நாமெல்லாம் சில்லறையெல்லாம் சிதற விட்டோமே. அந்த "*da Vinci Robot*". 510k முறையில் அப்ரூவ் வாங்கி இருக்காங்க. அடப் பாவிகளா...

கடந்த இருபது ஆண்டுகளாக "*da Vinci robotic*" *Surgery* தான் மிக உயரிய தொழில் நுட்பம் என்று சொல்கிறார்கள். ஆனால் தற்போது தரவுகளின் படி ஒரு நல்ல திறமையான கைதேர்ந்த அறுவை சிகிச்சை

நிபுணர் *da Vinci robotic method* ல் இல்லாமல் நேரடியாக நோயாளியின் உடலில் அறுவை சிகிச்சை செய்யும்போது *success rate* அதிகமாக இருப்பதாக சொல்கிறார்கள்.. இதுக்கு பருத்தி மூட்டை குடோன்லே இருந்திருக்கலாமே என்று தோன்றியது).

அதுவும். ESSURE DEVICE உள்ளே வைப்பது என்பது எல்லாம் கனவிலிலும் ஜீரணிக்க முடியாத விஷயம். ஏன் வைத்தார்கள் என்று காரணம் இன்னும் கொடியது. பார்த்து பின் பதைபதையுங்கள்.

கொடுமையிலும் கொடுமையாக MESH. உள்ளே வைக்க தான் முடியுமாம். வெளியே எடுக்க பிரம்ம பிரயத்தனம் பட வேண்டும் மற்றும் முழுமையாக எடுக்க முடியாது என்பதெல்லாம் அக்ரமம்.

இந்த வாரப் பரிந்துரை

The Bleeding Edge —

OTT NETFLIX

பாருங்கள்; அதிர்ச்சி அடையுங்கள்!

7

தமிழ் நாடே எதிர்பார்த்துக் காத்திருந்த இரண்டு பொங்கல் பரிசு (அப்படி தான் பட Promo வில் சொல்கிறார்கள்) திரைப்படங்களும் வெளியாகி விட்டன. அதில் துணிவை வீட்டில் இருக்கும் பெரிய ஆமையான அடியேனும் சின்ன ஆமையான என் மகனும் பார்த்து விட்டோம். எதிர் முகாமைச் சேர்ந்த அணில்களான என் மனைவி மற்றும் மகள் இருவரும் பொங்கல் விடுமுறையில் வாரிசு படம் பார்ப்பதற்காக காத்திருக்கிறார்கள்.

(ஆமைகள் சுயநலவாதிகள். பெண்ணுரிமை பேண தெரியாதவர்கள் என எவரும் "ஷோல்டரை" உயர்த்த வேண்டாம்.)

ஆமைகளான நாங்கள் எந்தப் பாடாவதி தியேட்டர்னாலும் பரவாயில்லை. திரைக்கு வெறும் ஐந்தே வரிசை தூரத்தில் இருக்கைகள் கிடைத்தாலும் பரவாயில்லை என எல்லாவற்றையும் அட்ஜஸ்ட் செய்து கொண்டு பார்த்து விடுவோம்.

ஆனால் இந்த ரசிகைகள் இருக்கிறார்களே. நல்ல Inox திரையரங்கு களில் துல்லிய ஒளி, ஒலியுடன் தகுந்த தூரத்தில் இருக்கை கிடைத்தால் மட்டும் தான் காரிலேயே அமருவார்கள். ஆனால் ஆமைகளான எங்களுக்கு ஒரு இரு சக்கர வாகனம், இடைவேளைக்கு ஒரு பெப்சி மற்றும் ஒரே ஒரு "சாயா" இருந்தால் போதும். கொண்டாடித் தீர்த்து விடுவோம்..

எனவே துணிவு பட விமர்சனத்தை ஆமையான நான் எழுதினால் நன்றாக இருக்காது. ஒருதலைபட்சமாக மாற வாய்ப்பு உள்ளது. எனவே ஒரு மாற்றாக ஹாலிவுட் துணிவை உங்களுக்குப் பரிந்துரைக்கலாம் என்றிருக்கிறேன்.

சமீபத்தில் "கலைடாஸ்கோப்" என்ற வெப் சீரிஸ்ஸை பார்த்தேன். அதை உங்களுக்குப் பரிந்துரைக்கிறேன்.

(நான், நீங்கள் மட்டுமல்ல இந்த உலகில் ஏராளமானவர்களுக்கு திரைப்படத்தை விட புத்தகங்கள், நாவல்கள் ஏன் பிடித்திருக்கிறது என்றால் புத்தகங்களில் உள்ள நாயகன், நாயகி மற்ற ஏனைய பாத்திரங்களுக்கு உங்கள் கற்பனைக்கேற்ப வடிவம் கொடுக்கலாம். நிறைய புகழ்பெற்ற நாவல்கள் திரைப்படமாக மாறும் போது இந்த சிக்கலைச் சந்தித்துக் கொண்டு தான் இருக்கின்றன. ஏனெனில் நான் கற்பனை செய்து வைத்துள்ள சுஜாதாவின் கணேஷ். வசந்த் வேறு. ஆனால் ப்ரியா திரைபடத்தில் ஒரு விளைந்த “பூமர்” தோற்றம் கொண்ட ஒரு நடிகர் வசந்தாக அறிமுகமான ஒரு சில காட்சிகளிலேயே படமும் நானும் தனித்தனியே விலகி விட்டோம். இளையராஜாவின் தேன் போன்ற இன்றும் கேட்கக் கூடிய துள்ளிசைப் பாடல்கள். மேலும் இன்று சிங்கபூரில் செண்டோசாவில் நாம் அனைவரும் பார்க்கும் தீம் பார்க் சாகசங்கள் என நிறைய ஜல்லியடித்து தான் திரு எஸ் பி முத்துராமன் கரையேறினார்.

ஏன் சமீபத்தில் வந்த பொன்னியின் செல்வனிலும் இதே பிரச்சினையில் திரு மணிரத்தினம் அவர்கள் மயிர் இழையில் தப்பித்தார்.

இன்னும் ஒரு படி மேலே போய் என்னைப் போன்ற சில அரைவெட்டுகள் கதாசிரியர் நாவலை முடித்து முற்றும் போட்ட பின்பும் கூட இவர்களுக்கு ஏற்படும் சுய கலைத் தேடல்களுக்காக இரண்டு மூன்று ஆல்டர்னேட் என்டிங் எழுதி வைத்து களிக்கிறார்கள்.

இந்தக் கேணத் தனத்தை நான் மட்டும் தான் செய்கிறேன் என்று நினைத்துக் கொண்டு இருந்தேன். ஆனால் சமீபத்தில் தான் கண்டு கொண்டேன் *Pinterest*. இதற்கென்று ஒரு தனி குழுவே உண்டென. பிறகென்ன... ஒரு சுபயோக சுப தினத்தில் நானும் போய் அதில் ஐக்கியமாகி விட்டேன்.

கல்லூரி இறுதியாண்டு காலங்களில் ஏன் இப்போதும் கூட இந்த மாதிரி நிறைய *Alternative Climax* எழுதி வைத்திருக்கிறேன்.

சமயங்களில் இரண்டு அல்லது மூன்று ஆல்டர்நேட் கிளைமாக்ஸ் கூட எழுதி இருக்கிறேன்.

தி. ஜா.ரா, வின் மோக முள்க்கு கூட இந்த ஆல்டர்நேட்டிவ் கிளைமாக்ஸ் எழுதியுள்ளேன். (தி.ஜா.ரா நலன் விரும்பிகள் இந்த அடியேனை மன்னிக்கவும்)

ஒரு வர்சனில் பாபுவுக்கும் யமுனாவுக்கும் திருமணம் செய்து வைத்திருக்கிறேன்.

இன்னொரு வர்ஷனில் பாபுவை ரங்காச்சாரி நிலை வரை உயர்த்தி யமுனாவை ஒரு சாதாரண எதிலும் நிறைவுறாத எல்லாவற்றிலும் சந்தேகம் கொள்ளும் இல்லத்தரசியாக மாற்றி பாபுவின் அக சிக்கல்களை விரிவாக எழுதி இருவரையும் பிரித்து தனித்தனியே வாழ்வதாக எழுதியுள்ளேன்.. But both side with proper justification வுடன்)

பாலகுமாரனின் பயணிகள் கவனிக்கவும் நாவலில் வரும் "ஜார்ஜினாவுக்கும்", "சத்தி" க்கும் திருமணத்திற்குப் பிறகு உள்ள உளவியல் சிக்கல்களை குறிப்பாக சத்தி சந்திக்கும் மனத்தடைகளை (கதைப்படி ஜார்ஜினா வயது மூத்தவள். ஒரு மகன் உண்டு. ஜார்ஜினாவை விட சத்தி வயது கம்மி. வாஸக்டமி வேறு பண்ணி கொண்டிருப்பான்.) அதிலிருந்து அவன் மீண்டு வருவதை உண்மையான காதல் ஒரு போதும் தோற்காது என்று க்ரிஞ்ச் பண்ணி இருக்கிறேன்.

பாலகுமாரன் அவர்கள் ஜார்ஜினா, சத்தி இருவரும் திருமணம் செய்து கொண்டு டெல்லி செல்வதுடன் கதையை முடித்திருப்பார்.

நான் அதற்கப்புறம் முப்பத்தி இரண்டு வருடங்கள் தள்ளிப் போய் சத்திக்கு அறுபத்தி இரண்டு வயதில் கதை ஆரம்பித்து சத்தி ப்ளாஷ்பேக்காக நினைத்துப் பார்ப்பது போல் எழுதியிருந்தேன்.

இடையில் ஏதோ ஒரு மனக்குழப்பத்தில் ஜார்ஜினாவை வேறு கொன்று விட்டேன். அவர்களின் அடுத்த முப்பது வருட வாழ்க்கை தான் கதையே.

'டேய் ஏண்டா எழவு கொட்ற. சொல்லவந்த தை சொல்லிதான் தொலையேண்டா பெரியவனே' என்ற நீங்கள் கதறுவது எனக்கும் கேட்கிறது.

சரி சரி விஷயத்துக்கு வருகிறேன். இது வரை நாம் பார்த்த ஆங்கில அல்லது வேறு மொழிகளில் உள்ள Best Series எப்படி இருந்தது. ஒரு கோர்வையான திரைக்கதை. ஒவ்வொரு எபிசோடிலும் ஒரு ஷார்பான துவக்கம், ஸிட் ஃபீல்ட் பைபிள் வில் உள்ள First Plot point and It's leads to Second Plot point. இறுதியாக ஒரு திடுக்கிட வைக்கும் ஒரு முடிவு அல்லது அடுத்த எபிசோட்டிற்கு நச்சுன்னு ஒரு லீட் இப்படி தான் நாம் ஒரு நல்ல ஆங்கில அல்லது வேற்று மொழி தொடர் பார்த்திருப்போம்.

ஆனால் கலைடாஸ்கோப் இந்த விதிகளை எல்லாம் நம்ம கேப்டன் மாதிரி லெஃப்ட் லெக்லேயே உதைத்து தகர்த்தெறிந்திருக்கிறது.

அடிப்படையில் கலைடாஸ்கோப் என்பது ஒரு வங்கிக் கொள்ளையை பற்றிய. எபிசோட்களைக் கொண்ட ஒரு சீரிஸ்.

மணிஹெய்ஸ்ட் மாதிரி வைத்து கொள்ளுங்கள்.

ஆனால் இங்கே தான் இதன் கதை மற்றும் திரைக்கதை ஆசிரியர்

(இயக்குனர் லிங்கு சாமி நம்ம கிட்ட உதார் விட்ட மாதிரி எல்லாம் இல்லாமல்), தான் கற்ற மொத்த வித்தையையும் இறக்கி வைத்துள்ளார்.

அதாவது மொத்தம். எபிசோட். நீங்க ரொம்ப நல்ல பிள்ளை என்றால் எபிசோட் 1,2,3,4 ,5,6,7,8 என்ற வரிசைக் கிரமமாக பார்க்கலாம். அல்லது என்னை போல கொஞ்சம் மண்ட கோளாறான ஆளானால் 8,7,6,5,4,3,2,1 என்றும் பார்க்கலாம்.

Bro, நாங்க. *K Kids Bro* என்றால் 4,7,3,8,1 என்று உங்களுக்கு எந்த வரிசை தோன்றுகிறதோ அந்த வரிசையில் பார்க்கலாம்.

நமது வாரிசு தயாரிப்பாளர் தில் ராஜ் சொன்னது போல்

டொராண்டினோ ஸ்டைல் வேணுமா இருக்கு,

Classic Detective Story வேணுமா இருக்கு,

The Usual Suspect order. வேணுமா இருக்கு.

So நீங்க எந்த ஆர்டர்ல வேண்டுமென்றாலும் பாருங்க பாஸ்.

ஆனா ஒவ்வொரு எபிசோடும் ஒரு தனிக் கதை.

எங்கே வேண்டுமானாலும் ஆரம்பிக்கலாம், எங்கு வேண்டு மானாலும் முடிக்கலாம்.

முத்தாய்ப்பாக ஒவ்வொரு எபிசோடுக்கும் ஒரு கலர் தீம் கொடுத்திருக்கிறார்கள்.

(VIBGYOR) Rain bow model. கூட டிரை பண்ணுங்க பாஸ்ன்னு சொல்றாங்க.

இறுதியாக அவங்களுக்கு அதாவது *Produce* செய்தவர்களுக்கு பிடித்ததாக ஒரு வரிசை சொல்கிறார்கள்.

நான் கடந்த சில வாரங்களுக்கு முன் “தேஜாஸ்” விரைவு இரயில் சென்னை சென்று அலுவலக வேலைகளை முடித்து கொண்டு இரண்டு நாள்கள் கழித்து அதே தேஜாஸ் ல் மதுரை திரும்பினேன். அப்போது தான் இந்த கலைடாஸ்கோப் பார்த்தேன். உங்களுக்கும் பரிந்துரைக்கிறேன்.

பார்த்து முடித்தவுடன் சொல்லுங்கள். நான் எந்த ஆர்டரில் பார்த்தேன், நீங்கள் எந்த ஆர்டரில் பார்த்தீர்கள். எது மிக சிறப்பு என்று விவாதிக்கலாம்.

8

முன் குறிப்பு

இதுவரை நான் எழுதிய எந்தப் பதிவுக்கும் முன்குறிப்பு போட்டதில்லை. ஆனால் இதற்கு போடுகிறேன். காரணம், பேச போகிற விவாதிக்க போகிற விஷயம் அப்படி.

எந்த ஒரு பிரச்சினையிம் பாதிக்கப்பட்டவர்கள் சார்பாக நின்று குரல் குடுப்பது அல்லது அவர்களின் தரப்பு நியாயங்களை எடுத்து சொல்வது தான் ஒரு நேர்மையாளனின் கடமையாக இருக்கும். அதை விடுத்து நடுநிலைமையாக இருக்கிறேன் அல்லது ஆழ்வார் பேட்டை ஆண்டவர் போல் “மய்யமாக” இருக்கிறேன் என்றால் நீங்கள் முன்னாள் அமெரிக்க அதிபர் அகில உலக பெரியண்ணன் திரு. புஷ்” சொன்னது போல் “ஒன்று எங்களுடன் இருங்கள் இல்லையென்றால், நீங்கள் எதிரியுடன் இருப்பதாகக் கருதபடுவீர்கள்” என்று பத்திரிக்கையாளர் கூட்டத்தில் அறிவித்ததைப் போல் நீங்கள் பாதிக்கப்பட்டவர்களுக்கு எதிர்திசையில் இருப்பதாகதான் அர்த்தம்.

இது இஸ்ரேல்ப் பாலஸ்தீனப் பிரச்சினையாகட்டும் அமெரிக்க வியட்நாம் பிரச்சினையாகட்டும் இந்தியா. சீனா பிரச்சனையாகட்டும் எதுவாய் இருந்தாலும் ஆதிக்கம் செலுத்துவர்களுக்கு எதிராக நின்று உங்கள் குரலைக் குடுப்பது தான் ஒரு நேர்மையாளின் கடமையாக இருக்க முடியும்.

சரி சரி போதும் எதற்கு இந்த மூன்று பக்க முன்னுரை என்று கேட்கிறீர்களா ஏனென்றால்? பேசப் போகும் விஷயம் அவ்வளவு அடர்த்தியானது. அதனால் தான் இவ்வளவு பெரிய நீட்டி முழக்கிய முன்னுரை

சரி விஷயத்துக்கு வருவோம்.

ஒரு சாதாரண தனிமனிதன், மனிதர்கள் அல்லது ஒரு குழு ஒரு கொடிய குற்றச் செயலை, உதாரணமாகக் கொலை அல்லது கொலைகளை செய்தால் அதற்கு தண்டனை தர நீதி மன்றங்கள் உண்டு. அரசு இயந்திரம் உண்டு. கண்டிப்பாக பெரும்பாலான குற்றவாளிகள் தண்டிக்கப்படுவார்கள். சில விதிவிலக்குகளை தவிர்த்துப் பார்த்தால் ஒரு குற்றம் அல்லது கொடும் செயல் செய்தால் அதற்குக் கண்டிப்பாக தண்டனை உண்டு. ஆனால் குற்றச் செயல்களை ஒரு ஸிஸ்டமேட்டிக்கான வகையில் *Organised* ஆக ஒரு சிஸ்டம் குற்றம் செய்தால்? எளியவர்களின் கதி என்ன. அவர்களுக்கு நீதி கிடைத்ததா? அப்படி கிடைத்தாலும் அது ஏற்புடையதா அது எத்தனை காலம் கழித்து கிடைக்கிறது என்பதனைப் பற்றி தான் பேச போகிறோம்.

இதற்காக நிறைய புத்தகங்களைப் படிக்கவும் ஏராளமான தரவுகளைச் சேகரிக்கவும் அதன் உண்மை தன்மையை கிராஸ் செக் செய்வதிலும் நிறைய நேரம் செலவிட வேண்டியிருந்தது. பல்வேறு *Documentary* களைப் பார்க்கவும். இரு பக்க வாதங்களைப் படிக்கவும். பக்கம்பக்கமாய் நீளும் நீதிமன்ற தீர்ப்புகளை படிப்பது சற்று அயர்ச்சியாக இருந்தாலும் இந்த சிஸ்டம் அதனைக் காப்பாற்றி கொள்ள அதன் தரப்பு நியாங்களுக்காக எந்த எல்லைகளுக்கும் போகத் தயாராக இருக்கிறது என்பதை நினைத்தால் சற்று அதிர்ச்சி. ஏன் பயமாகக் கூட இருக்கிறது.

முதல் ஃபர்னிச்சர்:

உழைக்கும் தோழர்களே ஒன்று கூடுங்கள் உரிமை நமது என்று சிந்து பாடுங்கள் என்று முழக்கமிடும் கம்யுனிஸ்ட் தோழர்களின் சித்து விளையாட்டுகள்

(பொறுமை பொறுமை கம்யூனிஸ்ட் ஆரம்பம் மட்டும் தான். டிரைலரில் சொன்ன மாதிரி காங்கிரஸ், பிஜேபி, திமுக, அதிமுக, எல்லாவற்றையும் வரிசைக்கிரமமாக தரமாக சிறப்பான முறையில்ப் போட்டுப் பொளக்கப்படும்.)

9

இந்தக் கதை ஆரம்பிக்கும் நேரத்தில் தான் இந்தியா சுதந்திரப் பேச்சு வார்த்தைகள் உச்சத்தில் இருந்தன.

லாயர் போட்ட கோடு

பிரிட்டிஷ் லாயரான அதற்கு முன் இந்தியாவையே பார்த்திராத ஸர் சிரில் ரெட் கிளிப் என்பவரிடம் இந்தியாவைப் பிரிக்கும் பொறுப்பு ஒப்படைக்கப் பட்டிருந்தது. அவருக்கு அளிக்கப் பட்டிருந்த அவகாசம் ஐந்து வாரங்கள். என்னன்னவோ டிரை பன்னி பார்த்தார் மனுஷன். கடைசி கட்டமாக ஒரு மானசீகக் கோடு வரைந்து இது தான் இந்தியா. இது தான் பாகிஸ்தான் என்று சொல்லி விட்டு வேஷ்டியை உதறி நடந்தார். (சரி பேண்டை உதறி). இதனை இவ்வளவு விரிவாக இங்கே குறிப்பிடுவதன் நோக்கம், அன்று ஆரம்பித்த ஏழரை இதை எழுதும் இன்று வரை தொடர்கிறது.

அப்போது ஆரம்பித்த இடமாற்றம் இன்று வரை தொடர்கிறது. ஏன் சமீபமாக கூட நிறைய பங்களாதேஷ் குடிமக்கள் நமது அஸ்ஸாமில் குடியேறி விட்டனர் என்ற குரலும் அவர்களை வெளியேற்ற வேண்டும் என்ற முனைப்பும் இன்றும் வலுவாக இருக்கின்றன. ஏன் இந்தியா NPR (National Population Register) Bill கொண்டு வர ஆயத்தமாகிறது. யார் கண்டா வரும் குளிர்காலக் கூட்ட தொடரிலே அந்த சட்டவரைவு அமலாக்கப் படலாம். சரி சரி நாம் அப்படிக்கா போய் 1947ல் குத்த வைத்து உக்காருவோம். ம்ம்... எங்கே விட்டோம்? ரெட் க்ளிப் போட்ட கோட்டால் பெரும்பான்மையான இந்துக்கள் கிழக்கு பாகிஸ்தானிலும் (இன்றைய பங்களாதேஷ்) முஸ்லிம்கள் மேற்கு வங்க குடிமக்கள் ஆகி போயினர். எங்கும் குழப்பம் எதிலும் பதற்றம். தொடங்கியது The Great Migration. இந்துக்கள் மேற்கு வங்கத்தை நோக்கியும் முஸ்லிம்கள் பாகிஸ்தானை நோக்கியும் புலம்பெயரத் தொடங்கினார்கள். அடுத்த

சில ஆண்டுகளில் புலம் பெயர்த்தவர்கள் பெரும் செல்வந்தர்களும் சாதிய அடுக்குகளில் உயர்தட்டில் இருந்தவர்களும் மட்டும் தான். எளிய உழைக்கும் சாதிய அடுக்குகளில் கடைசியில் உள்ள விளிம்பு நிலை மனிதர்கள் விதியை நொந்து கொண்டு அங்கேயே வாழ முற்பட்டனர். அடுத்த வேளை கஞ்சிக்கு வழியில்லை. இதில் சொந்த தேசமாவது அயல் தேசமாவது என்று அடுத்த வேளை சோற்றைத் தேட கிளம்பி விட்டார்கள். அதற்கேற்ப "ஜோகேந்திரநாத் மண்டல் போன்ற தலைவர்களும் மேற்கு வங்கத்திற்கு ஓடி போனவர்களை பார்க்காதீர். இது நமது தேசம் (அதாவது கிழக்கு பாகிஸ்தான்) நமக்கென்று ஒரு கட்சி நமக்கென்று ஒரு கொள்கை உங்களை செல்வந்தர்களாக மாற்றுவது தான் எம்பெருமான் எனக்கு அருளிய விதி என்ற உதாரெல்லாம் மூன்று வருடங்கள் கூட தாக்கு பிடிக்க முடிய வில்லை.

உஷாராக 1947 ஆண்டிலேயே புலம் பெயர்ந்த அல்லது புலம் பெயரத் தெம்பும் திராணியும் செல்வாக்கும் இருந்த செல்வந்தர்கள் மற்றும் உயர் வகுப்பு இந்துக்கள் இந்தியாவில் மெல்ல வேரூன்றி தழைப்பதை இந்த எளிய மக்கள் உணர தொடங்கினர். ஏற்கனவே சொந்த தேசத்திற்குப் போய்விட வேண்டும் என்ற தாகம் வேறு தனலாக எரிந்து கொண்டு இருந்தது. எனவே கூட்டம் கூட்டமாகக் குடும்பம் குடும்பமாக மேற்கு வங்கத்தை நோக்கி வரத் தொடங்கினர். முதலில் அரசு இவர்களை ஒரு பொருட்டாக மதிக்கவில்லை. ஆனால் மக்கள் அலைஅலையாய் லட்சகணக்கில் வரத் தொடங்கியதும் மேற்கு வங்க மற்றும் இந்திய அரசு தடுமாற துவங்கியன. அப்போது மேற்கு வங்க அரசு கட்டில் இருந்தது காங்கிரஸ். உடனடியாக ஒன்றியத்துடன் கலந்தாலோசித்து விட்டு மேற்கு வங்கத்தில் உள்ள சுந்தரவனக் காடுகள் நிறைய தண்டகாரன்யத்தில் இவர்களை குடியமர்த்த உத்தரவு போட்டது.. *Dandakaranya Rehabilitation Plan 1956)* உத்தரவு என்ன உத்தரவு எங்கு போனாலும் துரத்தியடிப்பது. தண்டகாரன்யத்துக்குப் போனால் கண்டும் காணாமல் இருப்பது. அவ்வளவு தான் விஷயம்.

இந்த சுந்தரவனக்காடுகள் நிறைந்த தண்டகாரன்யம் நிலப் பகுதி என்பது நிறைய நில சிக்கல்களைக் கொண்டது. ஒடிசா, சத்தீஸ்கர், மத்தியப்பிரதேசம், மகாராஷ்டிரா மற்றுமா ஆந்திர பிரதேஷம் என பல மாநிலங்களில் பரவி கிடப்பது.

முழுக்க முழுக்க சதுப்புநில காடுகள். விவசாயம் பார்த்தோ அல்லது கொஞ்சம் கால்நடைகளை வளர்த்து கஞ்சி குடிக்கவோ தகுதியற்ற காட்டுப் பகுதி.

ராமாயனத்தில் ராமர் மறைந்திருந்து வாழ்ந்ததாகச் சொல்லப்படுகிற இடம் என்றால் பார்த்துக் கொள்ளுங்கள். ஏன் இன்று கூட இந்த தண்டகாரண்ய காடுகள் நக்ஸல்கள் ஆதிக்கம் செலுத்தும் பகுதி.

எப்படியோ தாய்நாடு கனவில் நாமசூத்திரர்கள் இங்கே வந்து குவிந்து விட்டனர். ஒன்றிய அரசும் கை விட்டு விட்டது. ஒருவர் இருவர் இல்லை கிட்ட தட்ட லட்சக்கணக்கான மக்கள். அனைவரும் வங்காள மொழி பேசுபவர்கள். இப்போது பிரச்சினையின் வீரியம் புரியும் என்று நினைக்கிறேன். வங்காள மொழி பேசும், கையில் பத்து பைசா இல்லாத லட்சக்கணக்கான இந்து மக்கள் நாலு மாநிலங்களில் பரவிக்கிடக்கும் காட்டுக்குள் இருக்கிறார்கள்.

முன்பே சொன்னபடி மேற்கு வங்க அரியணையில் காங்கிரஸ். எதிர்கட்சியாக செங்கொடி தோழர்கள். நினைத்துப் பாருங்கள். அதகளப் படுத்தி விட்டார்கள் நம் தோழர்கள்.

10

ஜோதி பாசு நினைவிருக்கிறதா? கிட்டதட்ட இருபத்தியைந்து வருடங்களுக்கு மேல் மிருக பலத்துடன் மேற்கு வங்க முதல்வராக கோட்டை கட்டி ஆண்டவர்.. நமது ஆழ்வார் பேட்டை ஆண்டவர் போல் பகுதி நேர அரசியல்வாதி அல்லர் இவர். உடல், பொருள், ஆவி அனைத்தையும் கம்யூனிஸ்ட் கட்சிக்கு அற்பணித்தவர்.) ஏன் *1977 முதல் 2011 வரை கிட்டதட்ட 33 ஆண்டுகள் மேற்கு வங்கத்தில் லால் சலாம் தான்*

இந்தப் பிரச்சினை நடந்து கொண்டிருக்கும் போது நமது நாயகன் செங்கொடி தோழர் ஜோதி பாசு எதிர்கட்சித் தலைவர். மனுஷன் சும்மா சலங்கை கட்டி ஆடிவிட்டார். அந்த எளிய, வறிய மக்களிடையை உரையாற்றுகின்றார். இளையராஜா இசையில். போராடடா ஒரு வாளேந்தடா" என்ற பாட்டு மட்டும் பாடவில்லையே தவிர அந்த உன்மத்த நிலைக்கு மக்களைக் கொண்டு வந்தார்கள் செங்கொடி தோழர்கள். நாங்கள் ஆட்சிக்கு வந்தால் உங்கள் அனைவரையும் மேற்கு வங்கம் அரவணைக்கும் என்ற வாக்குறதிகள் வேறு. ஆனால் உலகம் முழுக்க நடக்கும் ஒவ்வொரு அரசு பயங்கரவாதத்திலும், எதிர் கட்சியாக இருக்கும் போது யார் மக்களுக்காகக் குரல் கொடுக்கிறார்களோ அல்லது குரல் கொடுப்பதாக பாவனை செய்கிறார்களோ அவர்கள் தாம் ஆட்சிக்கு வந்தவுடன் இந்த மாதிரியான Organised Crime. எந்த ஒரு சிறிய மனத்தடங்கலும் இன்றி நடத்துகிறார்கள் என்பது மிக பெரிய நகைமுரண்.

வருடம் 1977. நமது செங்கொடி தோழர்கள் வெற்றி முழக்கம் விண்ணை எட்ட அரசு கட்டிலில் அமர்கிறார்கள். தோழர் ஜோதிபாசு முதல்வராகிறார்.

நாம சூத்திரர்கள் வெடிவெடித்துக் கொண்டாடினார்களா என்று தெரிய வில்லை. ஆனால் எங்கும் சந்தோஷ அலைகள். அப்பாடா ஒருவழியாக நமக்கு விடிவு காலம் பிறந்து விட்டது என்று இனிப்பு பரிமாறிக் கொண்டதாக கேள்வி. ஆனால் . ரெட்சிப்" வைத்த "சிட்டி" யாக மாறிப் போனார் செங்கொடி தோழர். சூட்டோடு சூடாக ஒரு அறிக்கையும் விட்டார்.

...நாமசூத்திரர்களை மேற்கு வங்கம் ஏற்றுக் கொள்ளாது. அவர்கள் வந்தேறிகள். பஞ்சமாபாதகங்களில் ஈடுபடக் கூடியவர்கள். இதனால் மாநிலத்தின் சமநிலை குலைய வாய்பிருக்கிறது என்று...

இதில் கொடுமை என்னவென்றால் பதவி ஏற்றவுடன் அகதிகள் மறுவாழ்வுத் துறை . Relief and Rehabilitation ministry. என்ற துறையையும் ஏற்படுத்தி ராதிகா பாணர்ஜி என்ற பெண்மணியை அந்தத் துறைக்கு அமைச்சராகவும் ஆக்கி இருந்தார்..

இந்த எதற்கும் உதவமாட்டார்கள் என்று கருதப்பட்ட நாமசூத்திரர்கள் ஏமானே. ஐயனே) ஏன் எங்களை கை விட்டீர் எங்களை ஏற்றுக் கொள்ளுங்கள் என்று கடிதங்களை சம்பந்தப்பட்ட மந்திரியான ராதிகா பாணர்ஜிக்கு எழுதத் துவங்கினார்கள். ஆனாலும் கதவுகள் அடைக்கப்பட்டன. கோரிக்கைகள் நிறைவேற்ற ஏன் பரிசீலனை கூட செய்யப் படவில்லை.

இவர்களும் பொறுமை இழக்கத் துவங்கினர். நீங்கள் என்ன எங்களை ஏற்றுக் கொள்வது. நாங்களே மேற்கு வங்கம் புகுவோம் என்று.

இடையில் "மாரிஷாப்பியை" ஒரு எட்டு பார்த்து விட்டு வந்து விடுவோம். ஏனென்றால் கதையின் க்ளைமாக்ஸ் அங்கேதான் நிகழ இருக்கிறது.

இடைச் செருகல். "மாரிஷாப்பி" சுந்தரவனக்காடுகள் சூழப்பட்ட ஒரு தீவு. அங்கேயும் இதே கதை தான். எந்த விவசாயம் செய்யவும் லாயக்கற்ற இடம். ஆனால் மாரிஷாப்பியில் ஒதுங்கிய நாமசூத்திரர்கள் கடும் உழைப்பாளிகள். குழுவாக இயங்க தீர்மானித்தவர்கள். ஒரு நாட்டின் அரசாங்கம் முற்றிலும் கை விட்ட போதும் எந்த வித அடிப்படை வசதிகளையும் செய்து தராத போதும் அவர்களின் வாழ்க்கை முறை, ஒழுங்கு மற்றும் கட்டுப்பாடு பிரமிக்க வைக்கின்றன. அரசு உதவிகள் எதுவுமின்றி அந்தத் தீவில் பள்ளிகள் பொது

மருத்துவமனை, கடைகள் நடத்தியுள்ளனர். தனியே சினிமா தியேட்டர் அல்லது கேளிக்கை விடுதி நடத்தினார்களா என்று தகவல் இல்லை. சினிமா தியேட்டர் என்று நகைச்சுவைக்காக எழுதினாலும் கேளிக்கை விடுதிகள் இருக்க சாத்தியக் கூறு உண்டு என்று தான் எனக்குத் தோன்றுகிறது. அரசின் உதவியின்றி பள்ளிகள், பொது மருத்துவமனை நடத்தியவர்களுக்கு பொழுது போக கேளிக்கை அரங்கையும் நடத்தி இருக்க சாத்திய கூறு உண்டு தானே.

அவ்வளவு ஏன் இந்த நாம சூத்திரர்களுக்கு ஒரு முன்னேற்ற சங்கம் அமைத்தார்கள். அதன் பெயர். *Udbastu Unnayanshil Samit*). திரு சதிஷ் மண்டல் என்பவர் அதன் தலைவர். எதுவாக இருந்தாலும் அந்த சங்கம் தான் தீர்மானிக்கும். ஏனென்றால் தண்டகாரண்யத்தில் பரவிக் கிடக்கும் ஒன்றரை லட்சம் நாம சூத்திரர்களுக்கு சங்கம் சொன்னது தான் வேத வாக்கு.

மாரிஷாப்பியில் 6000 முதல் 10,000 குடும்பங்கள் வாழ்ந்ததாக தெரிகிறது.

சரி இந்தப் பிரச்சினையின் அடிநாதம் இரண்டு வகையாக சொல்லப் படுகிறது. இரண்டில் எது முழு உண்மை என்று இன்று வரை யாருக்கும் தெரியாது. முதலாவது, செங்கொடி தோழர்கள் ஆட்சி கட்டிலில் ஏறியதும் இல்லை சற்று அதற்கு முன்பே இந்த நாமசூத்திரர்களை *United Central Refugee Council A Communist Party of India (Marxist)* இணைய அழைக்கிறார்கள். அதன் மூலமாக வரவிருக்கும் ஒடிசா மத்திய பிரதேஷ தேர்தல்களில் பலனடைய நினைக்கிறார். இந்த நாம சூத்திரர்கள் ஐந்து, ஆறு மாநில எல்லையில் பரவிக்கிடக்கிறார்களே. கணிசமான மக்கள் தொகை வேறு. எனவே நம்ம செங்கொடி தோழர்கள் இவர்களை *Capitalise* செய்து கொள்ள நினைக்கிறார்கள். ஆனால் இந்த நாமசூத்திர சங்கமோ அகதிகள் பிரச்சினை என்பது நாடு தழுவிய பிரச்சினை எனவே ஒரு கட்சியின் கீழ் கட்டுப்பட்டு ஒன்றிணைய மறுக்கிறார்கள்.

அரசு என்ற முறையில் எங்களை மனிதர்களாக மதித்து உதவி மட்டும் பண்ணுங்கள். எங்கள் பிரச்சினையை எங்கள் உரிமையை நாங்கள் நிலை நாட்டிக் கொள்கிறோம். எங்களுக்கு என்று ஒரு அமைப்பு உள்ளது. அதன் வழியே நாங்கள் போராடிக் கொள்கிறோம் என்கிறார்கள். (தற்கால அரசியல் கண்முன்னே வந்து போனால் கம்பெனி பொறுப்பேற்காது) எனவே இந்த நாமசூத்திரர்கள் அரசுக்கு வேண்டாதவர்களாகப் போய் விட்டனர்.

இப்போது இருவரும் எதிர் எதிர் திசையில். நாமசூத்திரர்களுக்கு தெரியாது ஒரு ஆர்கனைஸ்ட் கிரைம் எப்படி நிகழ்த்தப் படும் என்று. மேற்கு வங்க அரசு மாரிஷாப்பி இருக்கும் சுந்தரவன காடுகள் தடை செய்யப்பட்ட வனப்பகுதி. மேலும் அதில் அகதிகள் குடியேறி பள்ளிக்கூடம் கட்டி மருத்துமனை நடத்தி தடைசெய்யப் பட்ட வனப் பகுதியை அகதிகள் அழிகின்றனர் என்று அறிவிக்கிறது. கடைசியாக அந்த நாளும் வந்தது. வருடம் 1979, மே மாதம் 14, 15, 16 மூன்று நாட்கள்.

11

மாரிஷாப்பி தீவென்பதால் படகின் மூலம் மட்டுமே அடைய முடியும்.

அந்தக் கோரமான மூன்று நாட்கள் தீவு தனிமைப் படுத்தப் படுகிறது. போக்குவரத்து நிறுத்தப்படுகிறது. காவல் துறையின் வெறியாட்டம் தொடங்குகிறது. மாரிஷாப்பி பற்றி எரிகிறது. குடிசைகளுக்குத் தீ வைக்க படுகிறது. வீடு, கடைகள், பள்ளிகள், மருத்துவமனை எரியூட்ட பட்டு தரைமட்டமாக்கப்படுகிறது. ஆண்கள் தேடி தேடி கொல்லபடுகிறார்கள். பெண்கள் கற்பழிக்கப்பட்டு பின் கொல்லப்படுகிறார்கள். குழந்தைகள் அனைவரும் கொல்லப் பட்டு சுற்றியுள்ள கடலில் வீசப்படுகிறார்கள். (அடுத்த சில வாரங்களுக்கு மாரிஷாப்பியை சுற்றியுள்ள கடல் பகுதிகள் முழுவதும் நிறைய பிணங்கள் குறிப்பாக குழந்தைகள் கண்டெடுக்கபடுகின்றன) தீவில் உள்ள கினறுகளில் விஷம் கலக்கப்படுகிறது. தப்பி தவறி கூட ஒருவர் கூட பிழைக்க கூடாது என்று கங்கணம் கட்டிக் கொண்டு ஆடிய வெறியாட்டம் அது. மூன்று முழு நாட்கள். மாரிஷாப்பி மனிதர்கள் அரவமற்ற பிரதேஷமானது.

அரசாங்கப் பதிவுகள் தடை செய்யப்பட்ட வனபகுதிக்குள் இருந்த 20 அகதிகள் கொல்லப்பட்டனர் என்கின்றன. ஆனால் ஆய்வாளர்கள் எப்படியும் 6000 லிருந்து 10000 குடும்பங்கள் கொல்லப் பட்டிருக்கலாம் என்று கருதுகின்றனர். எவருக்கும் இந்த நாள் வரை எவ்வளவு நபர்கள் உண்மையிலேயே இறந்தனர் என்று தெரியாது.

(அரச பயங்கரவாதத்தின் இன்னொரு முக்கியமான Strategy இப்படி ஒரு சம்பவம் அல்லது சம்பவங்கள் நடந்ததாக எங்கேயும் தரவுகள்க் குறிப்புகள் இருக்காது. ஒரு இருபது அல்லது முப்பது வருடங்கள் கடந்த பின்பு அங்கு அன்று என்ன நடந்தது என்று யாருக்கும் தெரியாது. எந்த ஆதாரபூர்வமான தரவுகளும், சாட்சியங்களும் விட்டு வைக்கபடமாட்டாது. பின் வரும் சந்ததியினர் வெறும் வாய்மொழிக்

கதையாக நாடோடிபாடலாக தான் இதை அறிய நேரிடும். இது தான் மிக பெரிய கொடுமை. அவ்வளவு ஏன் இந்த பதிவுகளுக்கு ஆதாரமான இருந்த திரு DEEP HALDER எழுதிய *Blood Island* என்ற புத்தகம் கூட இந்தச் சம்பவத்தை *An Oral History of the Marichjhapi Massacre* என்று தான் குறிப்பிடுகிறது..

இந்தச் சமூகச் செயற்பாட்டாளர்கள் சொல்லும் 6000 to 10,000 குடும்பங்கள் கணக்கு அதற்கு முன் மாரிஷாப்பியில் இருந்த குடும்பங்களின் எண்ணிக்கை. எனவே குறைந்தது 7000 இலிருந்து 10,000 பேர்கள் வரலாற்றில் இருந்து துடைத்து எறியப் பட்டார்கள். அந்த நிகழ்வுக்குப் பிறகு மனித நடமாட்டமற்ற பகுதியாயிருக்கிறது. எனவே எவரும் பிழைத்திருக்க வாய்ப்பில்லை.

இன்னொரு காரணமாக சொல்லபடுவது. பேராசிரியர் சக்ரபர்த்தியின் வார்த்தைகளில்

மிக சரியாக அதே நேரத்தில் தான் World Wild Life Foundation. WWF) சுந்தரவனக்காடுகளில் புலிகளைக் காப்பாற்றும் திட்டமான Project Tiger தொடங்கபடுகிறது. இன்டர்நேஷனல் புராஜெக்ட். பணமழை பெய்திருக்க வாய்ப்பிருக்கிறது. இன்று வரை எவ்வளவு பணம் Project Tiger க்கு வந்தது என்ற கணக்கு இல்லை. புராஜெக்ட் டைகர் போன்ற ஒரு மதிப்பு மிக்க பணமழை பொழியக் கூடிய இன்டர்நேஷனல் புராஜெக்ட் வரும் நேரத்தில் இந்தத் தரித்திரம் பிடித்த நாமசூத்திரர்கள் காடுகளில் கடை கட்டி வியாபரம் செய்து கொண்டு ,பள்ளிகள் அமைத்து கல்வி போதித்துக் கொண்டும் போதாத குறைக்கு மருத்துவமனை வைத்துக் கொண்டு இடங்களை ஆக்கிரமித்துக் கொண்டு வாழ்வதை எப்படி அரசால் பொறுத்து கொள்ள முடியும் என்கிறார். அதுமட்டுமில்லாமல் இதே போன்ற குற்றச்சாட்டு World Wild Life Foundation. WWF) மீது 1980, 90 கால கட்டங்களில் ஆப்பிரிக்காவில் Animal Conservation and Protection Park வைக்கும் போதும் அதில் இருந்த பூர்வ குடிகள் அகற்றப் பட்டிருக்கிறார்கள் என்கிறார்.. No Reliable Sources available to cross check this)

இறுதியாக ஒரு ஸிஸ்டம் ஒரு ஆர்கனைஸ்ட் கிரைம். நிகழ்த்த வேண்டும் என்று முடிவெடுத்தால் அதன் பெயரும் அரச பயங்கரவாதம் தான்.

செங்கொடி தோழர்காள்....உங்கள் கைகளிலும் சிறிது ரத்தம் ஒட்டியுள்ளது.

ஃபர்னிச்சர் உடைப்பு தொடரும்.

12

"உங்கள் ஊரில் காலிபிளவர் விவசாயிகளே இல்லையா?"

"என்ன கொடுமை சரவணன் இது?" என்ற டிவிட்டர் போஸ்ட் கடந்த வருடம் நம் கண்ணில் பட்ட போது நம்மில் எத்தனை பேருக்கு அதன் பொருள் புரிந்தது. சத்தியமாக எனக்குப் புரியவில்லை. எனவே கடந்து போய் விட்டேன். ஆனால் சில பல டிவிட்டர் Bio வில் Proud காலிபிளவர் விவசாயி போட்டு இருப்பதைப் பார்த்ததுண்டு. நீங்களும் அதை பார்த்திருக்கக் கூடும். ஆனால் அதன் அர்த்தம் இப்போது தான் தெரியவந்தது. மிகுந்த அதிர்ச்சியாக இருக்கிறது. ஒரு பொது வெளியில் எந்த தைரியத்தில் இப்படி கலவரத்திற்கு அறைகூவல் விடுக்க முடிகிறது.

இந்த அத்தியாயத்தை எழுத நினைத்துப் படிக்கத் துவங்குகையில் எளிதாக தான் இருந்தது. ஆனால் போக போக பரமபத விளையாட்டு போல சில ஏணிகளில் ஏறி ஒரு முடிவுக்கு வந்ததாக நினைத்து எழுதத் தயாரானால் பல பாம்புகள் கொத்தி மறுபடியும் ஆரம்ப நிலைக்கே வர வேண்டியிருந்தது. நிறைய படித்து குறிப்புகள் எடுத்து மனதளவில் தயாரானால் இன்னொரு ரிப்போர்ட் இன்னொரு செய்தி இன்னொரு நேர் காணல் என நீண்டு முதலில் எழுத நினைத்ததற்கு நேர் மாறான நிலைக்கு வந்து நிற்க வேண்டி இருந்தது. ஆனால் ஒன்று இந்த அத்தியாயத்திற்குப் பெயர் வைக்க வேண்டுமானால் உண்மையே உன் விலை தான் என்ன என்று தான் வைக்க வேண்டும். முடிந்த வரையில் எல்லாத் தரவுகளையும் படித்து கிராஸ் செக் செய்து எந்த பயாஸ்ம் இன்றி தான் எழுத முயன்றுள்ளேன்.

இந்த தொடர் முழுவதும் அப்படிதான்..

சரி போகட்டும்.

இந்த காலிபிளவர் படுகொலைகள். ஒரு கொடும் குற்றம் ஒருபக்கம்; குற்றச் செயலைச் செய்தவர்கள், அல்ல செய்யச் தூண்டியவர்கள் அல்லது செய்யத் துணை போனவர்கள் அல்லது அதில் குளிர் காய்ந்தவர்கள், பலனடைய நினைத்தவர்கள்; மறு புறம் பாதிக்கபட்டவர்கள் என இரு தரப்புகள் உண்டு.

இந்தக் குற்றத்தால் பாதிக்கப்பட்டவர்கள் மீட்சியடைந்தார்களா? குற்றவாளிகள் தண்டிக்கப்பட்டார்களா என்பதற்கு என்னிடம் ஒரு சாலிட்டான பதில் இல்லை.

ஏன்னெறால், யாரால் இது நிகழ்த்தப்பட்டது என்பது தெரிகிறது. ஆனால் யாருடைய உத்தரவின் பேர் அல்லது யாருடைய கண்காணிப்பின் கீழ் நிகழ்த்தப்பட்டது, இதனைத் தடுக்காதது அல்லது தடுக்க முற்படாதது யார் என்று ஒரு முடிவுக்கும் வர முடிய வில்லை. ஒரு நூலைப் பிடித்துக் கொண்டு போனால் அது *VHP* மற்றும் *BJP* ல் கொண்டு போய் சேர்கிறது. இன்னொன்றோ காங்கிரஸை நோக்கி கை காட்டுகிறது. இப்படி சுத்தி வந்தால் *RJD* நோக்கி போகிறது. மறுபுறம் காவல் துறை மற்றும் அரசு இயந்திரத்திடம் சென்று முடிகிறது. இந்த பீகாரின் "பாகல்பூர் சேப்டர்"

சிறார்களின் மர்மக் குகை புதிர் வாசல் விளையாட்டு போல் நீளுகிறது. அப்பாடா... ஒரு வழியாக இதுதான் முடிவு என்று நினைக்கையில், இல்லை இல்லை... இன்னொரு கோணத்தில் இது முடிவில்லை ஆரம்பம் என்று தோன்றுகிறது. சரி போகட்டும் இந்த காலிபிளவர் கொலைகள் குற்றத்தை நன்கு விசாரித்து தீர்பளித்த நீதியரசர் அஸ்வாணி குமார் சிங் ன் தீர்ப்பிலேயே நாம் இந்த அத்தியாயத்தைத் தொடங்கவோம்

I am constrained to say that there was no genuine effort to unravel the truth and bring the real culprit to book, rather an empty formality was done in the name of further investigation,"

Justice Ashwani Kumar Singh

1989 ஆண்டு. இந்திய அரசியலில் அது ஒரு குழப்பமான கால கட்டம். ராஜீவ் காந்தியின் மீது "போஃபர்ஸ் ஊழல்" குற்ற சாட்டு வெடித்து அவரின் ஆட்சியை காவு வாங்கிய ஆண்டு. இது போதாதென்று அவரின் அமைச்சரவையிலேயே இடம்பெற்றிருந்த திரு வி.பி சிங் வேறு இன்னொரு புறம் தனி ஆவர்த்தனம் நடத்திக் கொண்டிருந்தார். போதாக்குறைக்கு எதிர்முனையில் ராம ஜென்ம பூமிப் பிரச்சினையைக் கையிலெடுத்து சதிராட்டம் ஆடிக் கொண்டிருந்த

பாஜக.

நாங்கள் ராமர் பிறந்த இடமான அயோத்தில் ராமருக்குக் கோவில் கட்டப் போகிறோம். இந்து சொந்தங்களே ஒன்று கூடுங்கள். உங்கள் சார்பாக ஒரே ஒரு செங்கலாவது தாருங்கள். எம் பெருமான் ராமனுக்கு கோவில் கட்டுவது நமது கடமை என்று சும்மா டாப் கியரில் எகிறி அடித்துக் கொண்டிருந்தது பாஜக.

உண்மையிலேயே, இந்தியாவின் ஸ்திரதன்மை தடுமாறி கொண்டிருந்த கால கட்டம்.

பீகார் பக்கம் திரும்பி பார்த்தால் மத்தியில் நடக்கும் கூத்துக்கள் எவ்வளவோ பரவாயில்லை என எண்ண வைக்கும் நிலைமை.

பீகாரில் ஆளும் கட்சி காங்கிரஸ், அதன் உச்ச கட்ட அரசியல் கோமாளித்தனங்களை அரங்கேற்றி கொண்டிருந்தது. சின்ன உதாரணம்.

1988 பிப்ரவரி வரை ஒரு முதல்வர் அவர் பெயர் "திருமதி பிந்தேஸ்வரி துபே". அதே பிப்ரவரியில் அவரைத் தூக்கி எறிந்து "திரு பகவத் ஜா ஆசாத்" முதல்வராக நியமனம். அவர் பெயர் ராசி இல்லை போலிருக்கிறது. வெறும் பதினோரு மாதத்தில் அவரை வீட்டுக்கு அனுப்பி 1989 மார்ச்'ல் "திரு சத்தியேந்தர நாராயன் சின்ஹா" அரியணையில் அமர்த்தப்பட்டார்.

இவருக்கு ஏழாம் இடத்தில் அஷ்டம சனி போலிருக்கிறது. எண்ணி எட்டு மாதம். இவரின் தொப்பியும் கழட்டப் படுகிறது. அடுத்து லைனில் நிற்பது யார்? ஓ... நம்ம ஜெகன்நாத் மிஸ்ராவா. நல்லது. நம்ப பய. சரி நீ கொஞ்ச நாள். நாலு மாதம். December to March 1990 வரை) அரியணையை அலங்கரியுங்கள் என்றார்கள். இந்த சொக்கட்டான் ஆட்டத்தை ஆடிக் கொண்டிருப்பது உங்கள இந்திய காங்கிரஸ் கட்சி என்று அறிவித்தார்களா என்று தெரிய வில்லை. ஆனால் இந்திய அளவிலும் பிகாரிலும் எங்கும் குழப்பம், எதிலும் ஏழரை.

(இங்கே நடந்த தங்கத் தாரகை, சுமால் மம்மி, இரும்பு நகரின் கரும்பு மனிதரா? தர்ம யுத்தம் நடத்தும் பணிவு சிகரமா ப் போன்ற நிகழ்ச்சிகள் போல பல மடங்கு குழப்பம் என்பதனை நியாபகம் வைத்துக் கொண்டால் போதுமானது.)

இந்த அரசியல் குழப்பங்களை ஏன் இவ்வளவு விரிவாக பார்க்கிறோம் என்றால் பின்னால் நடக்க போகும் அனைத்துப் பஞ்சாயத்துகளுக்கும் இந்த ஸ்திரமற்ற அரசியல் தன்மை தான் பெரும் பொறுப்புகளை வகிக்கப் போகிறது.

பொறுங்க பொறுங்க

தமிழகப் பிரிவுக்கு வரும் போது எம்ஜியார். கலைஞர். செல்வி ஜெயலலிதா. முதலிய எல்லா ஃபர்னிச்சர்களும் உடைக்கப்படும். ஏன் இன்னும் கொஞ்சம் முன்னே கூட போக திட்டம்

அண்ணா, காமராஜர் வரை கூட நீளும். இங்கே எதெல்லாம் புனிதப்படுத்திக் கடந்து போகிறார்களோ அதனை எல்லாம் அலசி ஆராய்ந்து உண்மையிலேயே புனிதமா அல்லது அப்படி நாம் நம்ப வைக்கப் பட்டோமா என்பதெல்லாம் தரவுகளுடன் ஆராயந்து போட்டுப் பொளக்கப்படும்.

காமராஜர் ஆட்சியில் நடந்த துப்பாக்கி சூடு.

என்னது காமராஜர் ஆட்சியில் துப்பாக்கிச் சூடா. Dude நீங்க தப்பா சொல்றீங்க Dude. அது இப்போ நம்ப தூத்துக்குடியில நடந்தது தானே புரோ.) டேய்.. நீ அங்கேயே உக்காரு, இத முடிச்சுட்டு உன்கிட்ட வாரேன்.

தூத்துக்குடியில் நடந்த துப்பாக்கிச் சூடுக்கு சற்றும் குறைந்ததல்ல. காமராஜர் ஆட்சியில் நடந்த துப்பாக்கி சூடு. அதனையும் பேசுவோம்.

...ன்னா. நம்ம தீதி அப்படியெல்லாம் இல்லீங்கன்னா. இல்லன்ன மூன்று தடவை தொடர்ந்து முதல்வராக முடியுமா ன்னு கேக்கிற அன்பர்களுக்கு ஒவ்வொரு தேர்தல் முடிந்தவுடன் நம்ம தீதி வெற்றி விழா கொண்டாட்டம் மாதிரி எதிர்க்கட்சிகளை (பாஜக உட்பட) எப்படி மிருக வெறி கொண்டு துரத்தி துரத்தி அடிக்கும் என்பதும் தரவுகளுடன் விவரிக்கப்படும்.

ஸார் இந்த அரசியல்வாதிகள்ன்னாலேயே பிரச்சினைதான் இதனாலதான் இளைஞர்கள் கூட்டம். மாணவ படை அரசாள வேண்டும். அவர்களால் தான் நாட்டைச் சீர்படுத்த முடியும்.

ஸார். மணி ரத்தனம் ரசிகர் ஸார். நீங்களா

வாங்க வாங்க "அஸ்ஸாம் கன் பரிஷித்" மற்றும் வட கிழக்கு மாநில அரசியல் பேசும் போது இந்த மாணவ செல்வங்கள் எப்படி "மட்டையானார்கள்" ஏன்பது பற்றி விவரிக்க படும்.

ஆனால் ஒன்று இந்த பழைய மற்றும் புதிய பதிப்பு அரசியல் வாதிகள் கூட பரவாயில்லை ன்னு நினைக்க வைத்த நம் மாணவ கண்மணிகள் பற்றியும் பேச போகிறோம்.. ஒரு சின்ன தகவல். தாலிபன் என்ற வார்த்தைக்கு அர்த்தம் தெரியுமா? அதன் அர்த்தம் மாணவர்

படை தான். அந்த இயக்கத்தை பற்றி நான் கூற தேவையில்லை. நம் அனைவருக்குமே தெரியும்.

நாம் இந்திய அரசியல் மற்றும் அதன் அரச பயங்கரவாதம் பற்றி மட்டும் தான் பேச போகிறோம். இல்லையென்றால் 30 வாரம் இல்லை இல்லையில்லை 300 வாரம் தேவைபடும்.

ஒரே ஒரு புத்தகம் அல்லது ஒரே ஒரு தொடர். எல்லா கட்சிகளிடமிருந்தும். எதிரிகள் என்ற இலக்கை நோக்கி பயணபடுவோம் தோழர்களே

சரி சரி ரொம்ப டாபிக்க விட்டு வெளியை போய் விட்டோம். வாங்க நம்ம "சின்னய்யா" கிட்ட போகலாம்

ஹலோ ஹலோ. நீங்க நினைக்கிற படி நம்ம மாற்றம், முன்னேற்றம், சின்னைய்யா கிடையாது.

இது நம்ப பீகார் சின்னய்யா. அட ஆமாங்க அப்போ திரு திரு சத்தியேந்தர நாரயண் சிங்ஹா பீகார் முழுக்க சின்னைய்யா (சோட்டா ஸாப்) என்று தான் அறிய பட்டார்.

13

பட்டு நகரமான பாகல்பூர், இந்திய வரலாற்றில் "பாகல்பூர் சேப்டர்" ஆக மாறிய கொடும் கதை சரி நாம நேராக 24 அக்டோபர் 1989 க்கு போய்விடுவோம். பிஜேபி கட்சி, ராமருக்கு அவர் பிறந்த மண்ணில் கோயில் கட்ட நாடு முழுவதும் உண்டியல் குலுக்கி கொண்டு இருந்தது. நிதி, நிறைய இருப்பவர்கள் அள்ளி கொடுங்கள். குறைவாக வைத்திருப்பவர்கள் கிள்ளி கொடுங்கள். அட ஒன்றுமே இல்லையா ஒரு செங்கலாவது தாருங்கள் என்று அடித்து ஆடி கொண்டிருந்த நேரம்.

அந்த ராம்ஷிலா *(Ramshila) Ram. Shilas (Bricks)* என்கிற புனித செங்கல் ஊர்வலம் நகரின் பல்வேறு இடங்களில் பயனித்து கௌசாலா *(Gausha la)* என்ற இடத்தை நோக்கி முன்னேறி பிறகு மாவட்டத்திலிருந்து வெளியேறி அயோத்தி நோக்கி செல்வது தான் திட்டம்.

பாகல்பூர் மாவட்டத்தில் இந்த ராம்ஷிலா ஊர்வலம் வெற்றி முழக்கத்துடன் பார்பத்தி *(Parbatti)* என்ற இடத்ததிலிருந்து கிளம்பி "டாடாபூர்". *(Tatarpur)* அமைதியாக கடக்கிறது. எந்த ஒரு சிறு சலப்பு கூட இல்லை. காரணம் டாடாபூர் முஸ்லிம்கள் அதிகம் வாழும் பகுதி. ஊர்வலத்தை வழி நடத்தி கொண்டிருந்த திரு மகாதேவ் பிரசாத் சிங் டாடாபூரை கடக்கும் போது எந்த வெறி ஏற்படுத்தும் முழக்கங்களையும் எழுப்ப கூடாது என்று சொல்லியிருந்தார். (இதற்க்கு முன்பே சிறு சிறு கைகலப்புகளும் கல்லெறி சம்பவங்களும் நடந்திருகின்றன. நல்ல வேளையாக எதுவும் பெரிதாக வில்லை). எனவே ஊர்வலம் அமைதியாக டாடாபூரை கடந்தது. (இன்றும் அந்த ஊர்வல கோஷங்கள், முழக்கங்கள் இணையத்தில் கிடைக்கிறது. கொஞ்சம் ஏடாகூடமாக தான் இருக்கிறது. வேண்டுமென்றே தான் அந்த முழக்கங்களை, கோஷங்களை இங்கே குறிபிடாமல் தவிர்த்திருக்கிறேன்)

யார் செய்த சதியம்மா ?

இந்த "பாகல்பூர் சேப்டர்" தொடங்கியது ஒரு வதந்தியால் தான் என்றால் எத்தனை பேர் நம்புவீர்கள். ஆனால் அது தான் மூல காரணமாக இருந்திருக்கிறது.

ஒன்றிரண்டு நாட்களில் முடித்திருக்க வேண்டிய கலவரம் தான். ஆனால் அதற்க்கு அப்புறம் இந்த கலவரங்கள் முறையாக திட்டமிட்டு ஆர்கனைஸ்டாக (*Tool Kit* எதுவும் தயாரித்தார்களா என்று தெரிய வில்லை) இரண்டு முழு மாதம் நடந்திருக்கிறது.)

இப்படி இரண்டு மாதமாக அதனை அணைய விடாமல் ஊதி பெருக்கியது மத சார்புடைய கட்சிகள், அதனை அடக்க தவறிய அரசு இயந்திரம், துணை போன காவல் துறை, தவறாக செய்தி பகிர்ந்த பத்திரிகைகள், மத்தியிலும் மாநிலத்திலும் உள்ள ஸ்திரமற்ற தன்மை எல்லாம் தான்.

சரி நாம் இன்னொரு வழியில் போய் பார்ப்போம்.

அட.. இதே போல் இன்னோரு ராம்ஷிலா ஊர்வலம் நாத் நகரிலிருந்து டாடாபூரை நெருங்குகிறது. முன்னமே சொன்ன மாதிரி முழுக்க முழுக்க முஸ்லிம்கள் வசிக்கும் ஏரியா.) வழக்கம் போல் அதே ஊர்வலம் ஆனால் இந்த முறை விண்ணதிர கோஷங்கள், முழக்கங்கள். ஒரு சிறு வித்தியாசம் இந்த முறை ஊர்வலமானது மாவட்ட காவல் துறை கண்காணிப்பாளர் திரு. *S Dwivedi* அவர்களின் முழு கட்டுப்பாட்டில் செல்கிறது.

அப்போது முஸ்லிம்கள் டாடாபூர் வழியாக ஊர்வலம் செல்லக் கூடாது என்று தடுத்திருக்கிறார்கள். போன ஊர்வலத்தை அனுமதித் தவர்கள்தான். ஆனால் இந்த முறை பெரும் திரள். பத்தாத குறைக்கு முழக்கங்கள் வேறு.

அப்போது மாவட்ட நீதிபதி திரு அருண் ஜா வந்து பேச்சு வார்த்தை நடத்திக் கொண்டு இருந்த போது ஒரு நாட்டு வெடி குண்டு அருகில் உள்ள முஸ்லீம் பள்ளியிலிருந்து கூட்டத்தின் மீது வீசப்பட்டதாக தெரிகிறது. நல்ல வேளை. யாருக்கும் பெரிய காயம் இல்லை. 11 காவலர்களுக்கு சிறு பாதிப்பு மட்டுமே.

ஊர்வலம் சென்று கொண்டிருக்கும் போதே எப்படி பரவின. அந்த வதந்திகள் என்று தெரிய வில்லை. அதில் நூறு இந்து பல்கலைகழக மாணவர்கள் கொல்லப்பட்டு சடலங்கள் பல்கலைக்கழகத்தில் வைக்கப்பட்டுள்ளன என்பது ஒன்று. 31 இந்து மாணவர்கள் கொல்லப்பட்டு சமஸ்கிருத கல்லூரியில் உள்ள கிணற்றில் போடப்

பட்டுள்ளார்கள் என்பது இரண்டாவது. எதுவும் உண்மையில்லை. இந்த வதந்தி தான் பிரச்சினையின் ஆரம்பப் புள்ளி காலிபிளவர் படுகொலைகளுக்கு.

தொடங்கியது வன்முறை வெறியாட்டம்

1989 அக்டோபர் மாதம் 24 aஅம் நாள் தொடங்கியது வன்முறை. ஆனால் அன்று மாலையே காவல்துறை ஊரடங்கு உத்தரவு போட்டுவிட்டது. இறப்பு எண்ணிக்கை அன்றைய நாளைப் பொருத்த மட்டிலும் இரண்டு மட்டுமே.. மாவட்ட காவல் துறை கண்காணிப்பாளர் திரு. S Dwivedi அவர்கள் மாநில முதல்வரால் உடனடியாக இடமாற்றம் செய்யப்படுகிறார்.

(கலவரங்களைக் கட்டுப்படுத்தத் தவறினார். முஸ்லிம்களுக்கு எதிரான மன நிலையைக் கொண்டிருந்தார் என்று பின்னாட்களில் பாட்னா நீதிமன்றம் இவர் மேல் குற்றம் சாட்டி அது நிரூபிக்கபட்டு, சிறையில் களி தின்னப் போகிறவர்) ஆனால் ஒரு டிவிஸ்ட். டெல்லியிலிருந்து திரு. S திவேதியின் இடமாற்றம் ரத்து செய்யப்படுவாக உத்தரவு வருகிறது.

என்ன தான் IPS அதிகாரி என்றாலும் ஒரு மாநிலத்திக்குள் இருக்கிற ஒரு மாவட்ட காவல்துறை கண்காணிப்பாளரின் இடமாறுதல் உத்தரவு மத்திய அரசால் நேரடியாக Over Rule பண்ணப் படுகிறது. அதுவும், மாநில முதல்வரைக் கலந்தாலோசிக்கமலேயே .

மத்திய மாநில அரசுகளின் உறவு சிக்கல் என்று நாம் கடக்க செல்ல முடியாது. ஏனென்றால் மத்தியிலும் மாநிலத்திலும் காங்கிரஸ் தான்.

(ஆமாம் நீங்கள் நினைப்பது போல் அதே காங்கிரஸ். இருப்பதோ. தலைவர்கள் ஆனால் கோஷ்டி மட்டும் 13 என நீங்கள் இன்று பார்க்கும் அதே சர்வ லட்சணங்கள் பொருந்திய அதே காங்கிரஸ். இதில் யார் தலைமை என்ற போட்டி வேறு.)

இளைஞர்களுக்கும் (அரசியலில் இளைஞர் அணி தலைமைக்கு குறைந்தது ஐம்பது வயது பூர்த்தியாகி இருக்க வேண்டும் போல) முதிர்ந்த பழம் தின்று கொட்டை போட்ட சீனியர்களுக்கும் இடையில் உள்ள ஈகோ என பழைய மொந்தை ஆனால் புதிய “கள் இல்லை அதே பழைய“ கள்” தான்

ஆச்சா, நமது. S திவேதியின் பணி மாறுதல் டெல்லியால் ரத்து செய்யப்படுகிறது. கலவரங்களை அடக்க அவரே மீண்டும் பணிக்க படுகிறார்.

அடுத்த நாள் காலை ஆரம்பிக்கிறது உண்மையான குற்றம்.

8000 கலகக்காரர்கள். காவல் துறையின் உதவியுடன். அல்லது காவல் துறை கைகளைக் கட்டிக் கொண்டது எனவும் கொள்ளலாம். சுற்றியுள்ள 195 கிராமங்களில் வெறியாட்டம் ஆடுகிறது. துரதிர்ஷ்டவசமாக, அடுத்த இரண்டு மாதங்கள். ஆமாம், முழுதாக இரண்டு மாதங்கள் இது தொடர்கிறது. அரசுப் பதிவேட்டின் படி 1070 பேர் கொல்லபடுகிறார்கள். இதில் 900 நபர்கள் முஸ்லீம்கள். 524 பேர் படுகாயம் அடைகிறார்கள். 195 கிராமங்கள் தீக்கிரையாக்கப்படுகின்றன. 524 பேர் படுகாயம் அடைகிறார்கள். 195 கிராமங்கள் தீக்கிறையாக்கபடுகின்றன. 11,500 வீடுகள் தரை மட்டமாக்கப்படுகிறது. 68 பள்ளிவாசல்கள் நாசப் படுத்தப் படுகின்றன. 47000 பேர்கள் எல்லா உடமைகளையும் இழந்து நடுதெருவிற்கு வந்து விட்டார்கள்.

(இதெல்லாம் அரசுப்பதிவேட்டில் கணக்கு. உண்மை இதற்கு இரட்டிப்பாக இருக்கும் என்று கருதப்படுகிறது)

சரி இதனை கொஞ்சம் உளவியலாக பார்ப்போம். உலகம் முழக்க சிறுபான்மையினர்க்கு எதிராக பெரும்பான்மையினர் வன்முறையில் இறங்குவதும், அதனைத் தடுத்துத் தற்காத்துக் கொள்ள சிறுபான்மையினரும் வன்முறையில் இறங்குவதும் நடந்து கொண்டுதான் உள்ளது.

என்ன.. பலி எண்ணிக்கை கொஞ்சம் கூடக் குறைய இருக்கும்.

ஆனால் இந்தப் படுகொலைகள் 23 மூன்று வருடங்கள் கழித்து இன்றும் ஏன் பேசப்படுகின்றன. எழுதப்படுகிறது. காரணம், வன்முறையாளர்கள் கையாண்ட யுக்தி, மக்களை பாதுகாக்க வேண்டிய அரசு இயந்திரம் கண்ணை மூடி கொண்டது, அல்லது அதிகாரத் திமிரில் நிலை மறந்து கடமை தவறியது, காவல் துறை ஏவல் துறையாக மாறியது. மதவெறி, சாதி வெறியைத் தூண்டி குளிர்காய்ந்த அரசியல் தலைவர்கள். செய்திகளை முந்தித் தரும் அவசரத்தில் எந்தவிதமான ஊடக அறமுமின்றி பொய்ச் செய்தியை முதல் பக்கத்தில் பரப்பி பின் அடுத்த நாள் நான்காம் பக்கத்தில் மறுப்பு வெளியிடும் ஊடகங்கள், தனியாக இருக்கும் போது பம்மி கொண்டு இருப்பதும் ஒத்த மத ஜாதி ஆட்களுடன் சேரும் போது Mob mentality வந்து ரத்த வெறி பிடித்து அலையும் மனித மிருகங்கள் என சொல்லிக் கொண்டே போகலாம்.

14

இதில் போன அத்தியாரஅத்தில் விடுபட்ட இரு விஷயங்களைப் பார்த்து விட்டு பிறகு காலிபிளவர் விவசாயிகளிடம் செல்லாம்

முதல் விஷயம் கலவரம் தொடங்கிய சில நாட்களிலேயே தி ஹிந்துஸ்தான் என்ற பாட்னாவிலிருந்து வெளிவரும் நாளிதழ் கலவரம் தொடங்கிய மையப் புள்ளியான டாடாபூரிலிருந்து பாகிஸ்தானில் தயாரான பயங்கரமான ஆயுதங்கள் கண்டெடுக்க பட்டதாகவும் நிறைய வெளிநாட்டு நபர்கள் அங்கே மறைந்து இருப்பதாகவும் செய்தி வெளியிட்டது. இதனை பாட்னா நீதிமன்ற நீதிபதி திரு அருண் ஜா. *Sheer Nonsense* என்று விமர்சித்து இந்த குற்றச்சாட்டை போலியானது என்று தள்ளுபடி செய்கிறார்.

இரண்டாவதாக, மாநில காவல் துறையை நம்பி பிரயோஜனம் இல்லை என்று அரசு இந்திய துணை ராணுவப் படையை அழைக்கிறது நிலமையைக் கட்டுக்குள் கொண்டு வர. *A Jammu and Kashmir Light Infantry Regiment)* துணை ராணுவமும் மேஜர் G.P.S வீர்க். *Virk)* தலைமையில் சந்தேரி கிராமத்திற்கு வருகிறது. இதெல்லாம் நடப்பது அக்டோபர் 27 ஆம் தேதியே, அதாவதுக் கலவரம் தொடங்கிய அன்றே என்பதனை கவனத்தில் கொள்ளவும். அவரும் அவர் படையும் சந்தேரி கிராமத்திற்க்கு வரும் போது 125க்கும் அதிகமான முஸ்லீம்கள் ஒரு வீட்டில் ஒளிந்து கொண்டு உள்ளார்கள். உடனே அவர்களை ஆசுவாசபடுத்தி காவல்துறையின் கண்காணிப்புகளை ஏற்படுத்தி விட்டு நிறைய நபர்கள் இருப்பதால் நாளை வந்து பாதுகாப்பான இடத்திற்கு அழைத்துச் செல்வதாக வாக்குறுதி அளித்து காவல் ஏற்பாடுகளையும் பலப்படுத்தி விட்டுச் செல்கிறார். அடுத்த நாள் காலை 9.38 *am* அவர் பாதிக்கப்பட்டவர்களை அழைத்துச் செல்ல வரும் போது ஒருவர் கூட இல்லை. காவல்துறை வாய் மூடி மவுனியாக நிற்கிறது.

சரி இருபது வருடங்களுக்கு மேலாகியும் இதனைப்பற்றிப் பேச காரணம். கொலையாளிகள் கையாண்ட வழிமுறைகள் தான். எத்தனை நபர்களைக் கொன்று குவித்தோம் என்று வெளி உலகத்துக்கு தெரியாமல் இருக்க நூற்றுக்கணக்கான மனிதர்களைக் கொன்று மூன்று அடி ஆழத்தில் புதைத்து விட்டு மேலே காலிபிளவர் செடிகளை நட்டு விவசாயம் பார்க்கத் தொடங்கி விட்டனர்.

அதே போல் எந்தப் புண்ணிய ஆத்மா கொடுத்த வழிமுறையோ, சடலங்களை அப்படியே குளத்திற்குள் போட்டால் மறுநாள் உடல்கள் மிதக்க ஆரம்பிக்கும் என்றும் எனவே உடல்களைத் துண்டு துண்டாக *Chop* பண்ணி போட்டால் மேலே வராது என்றும் நூற்றுக்கும் மேற்பட்ட மக்களைத் துண்டு துண்டாக வெட்டி ஊர் குளத்தில் போட்டு முழுவதும் நீரை நிரப்பி விட்டனர்.

எனவே இது ஒரு உணர்ச்சி வேகத்தில் விளைந்த வன்முறை அல்ல. அப்படி இருந்தால் இரண்டு அல்லது மூன்று நாட்களில் முடிந்திருக்கும். ஆனால் இது திட்டமிட்டு காவல்துறையின் மேற்பார்வையில் நடந்த பயங்கரவாதம்.

சரி ஒரு பஞ்சமாபாதகம் நடந்து விட்டது. பாதிக்கப்பட்டவர்களுக்கு நீதி கிடைத்ததா? அப்படி கிடைத்தது என்றால் எப்போது உடனேவா அல்லது சில பல ஆண்டுகள் கழித்தா?

இதுவரை கூட என்னால் புரிந்து கொள்ள முடிகிறது. ஆனால் இதற்கு அப்புறம் நிகழ்தது தான் கொடும் துயரம்!

சோதனை தீரவில்லை. சொல்லி அழ யாரும் இல்லை

1995 ஆண்டு, அரசு இந்த கொடும் செயல்கள் பற்றி விசாரிப்பதற்க்கு. நீதியரசர்கள் திரு ராம் சந்திர பினசாத் ஸின்ஹா மற்றும் திரு சம்ஸூல் ஹசன் தலைமையில் ஒரு விசாரணை கமிஷன் வைத்தது. விசாரணை கமிஷன் அதன் ரிப்போர்ட்டில் முற்றிலும் செயலிழந்து போன அரசை நேரடியாகக் குற்றம் சாட்டியது. துணை போன காவல் துறையும், ஊதி பெரிதாக்கிய பத்திரிகை துறையும் கண்டனத்திற்கு உள்ளாயின. குறிப்பாக, மாவட்ட காவல் துறை கண்காணிப்பாளர் திரு. *S Dwivedi* நேரடியாகக் குற்றம் சாட்டப் பட்டார்.

திரு காமேஸ்வர் யாதவ் தான் இந்தக் குற்றங்களுக்கு ஆரம்பப் புள்ளி என்று அவரை சிறையிலடைத்தார்கள். (இவர் தான் வதந்திகளின் தந்தை மற்றும் தாய்)

ஆனால் போதுமான சாட்சியங்கள் இல்லாததால் தலைவர் சுலபமாக ஜாமினில் வந்து வந்து போனார்.. ராஷ்ட்ரிய ஜனதா தள்" க்கும் நெருக்கம்; பாரதியா ஜனதா கட்சிக்கும் நெருக்கம். எனவே 2017 ல் குற்றம் நிரூபிக்கப்படவில்லை என்று நீதிமன்றத்தால் விடுவிக்கப் பட்டார். விடுதலையின் போது அளித்த பேட்டியில் பாஜக சார்பாகப் போட்டியிடப் போவதாகத் தெரிவித்துள்ளார்.

போடபட்ட 864 கேஸ்களில், 535 கேஸ்களுக்கு ஆதாரம் இல்லை என்று மூடப்பட்டன.

இதில் அப்போது ஆண்ட காங்கிரஸ் கட்சி செய்தது தான் படு கேவலமான விஷயம்.

மக்களின் கவனத்தை திசை திருப்ப அன்றைய முதல்வர் திரு சத்தியேந்தர நாராயன் சின்ஹா வைத் தூக்கி விட்டு முஸ்லிம்கள் மத்தியில் செல்வாக்கு பெற்ற திரு ஜெகன்நாத் மிஸ்ராவை முதல்வாக்கினார்கள். மேலேயே சொன்ன படி வெறும் நாலு மாதம்) .

சரி போகட்டும் அடுத்த தேர்தலில் காங்கிரஸ் கட்சிக்கு அல்வா கொடுத்து வெற்றி பெற்ற திரு லாலு பிரசாத் யாதவ் ஏதாவது முடிவெடுத்தாரா என்றால் இல்லை .

கண்துடைப்பிற்கு இரண்டு மூன்று அத்த கூலி கேஸ்களை போடுவது, பின் தகுந்த சாட்சியங்கள் இல்லை என்று விடுதலை. இப்படியே உள்ளே வெளியே ஆட்டம் ஆடிக் கொண்டிருந்தார்.

திரு காமேஸ்வர் "யாதவ்" வகுப்பைச் சேர்ந்தவர். லாலு பிரசாத்தும் அதே வகுப்பைச் சேர்ந்தவர். எனவே யாதவ்களின் வாக்குகளை மனதில் வைத்தே எந்தக் கடும் நடவடிக்கைகளையும் எடுக்க வில்லை என்றும் கூறப்படுகிறது. ஆனால் அதற்கு ஆதாரம் எதுவும் கிடைக்கவில்லை.

லாலு போய், ராப்ரி தேவி வந்து பிறகு அவரும் போய், திரு.நிதிஷ் குமார் வென்று ஏழைப் பங்காளன் என்ற அடை மொழியுடன் அரியணை ஏறினார்.

இப்போதும் அதே சில நபர்கள் மட்டும் உள்ளே வெளியே ஆட்டம்.

இவர் தன் பங்குக்கு ஒரு கமிஷன் அமைத்தார்.. N சிங் கமிட்டி (2005). ஆனால் இவர் ஆட்சியின் போது தான் வதந்தி பரப்பிய ஒரு கொலை செய்ததாகக் குற்றம் சாட்டப்பட்ட காமேஸ்வர் யாதவ் விடுதலை செய்யப்பட்டார் என்பது குறிப்பிடத்தக்கது

N. சிங் கமிஷன் பொறுமையாக மிக பொறுமையாக செயல்பட்டு பத்து வருடங்கள் எடுத்துக் கொண்டு 2015 ஒரு ஆயிரம் பக்க அறிக்கையை அளித்தது. (இடைச் செருகல் ஒரு கமிஷன் இயங்குவதற்கு மாதம் எவ்வளவு செலவாகும் என்று நினைக்கிறீர்கள். குறைந்தது மாதம். முதல் 10 லட்சம். எனவே இதிலேயே ஒரு. லட்சம் என்றாலும் 7× 12. 10. 8.4 கோடி செலவாகி இருக்கும் என்று நம்பப்படுகிறது. (நம்ப ஆறுமுக சாமி கமிஷன் நினைவுக்கு வந்தால் கம்பெனி பொறுப்பேற்காது)

இதில் துயரம் என்னவென்றால் பாதிக்கப்பட்டவர்களுக்கு வழங்கிய இழப்பீடு இதை விட மிக குறைவு.

சரி சரி, பத்தாண்டுகள் கழித்து. ஆம் தேதி ஆகஸ்டு மாதம் பிகார் சட்டப்பேரவையில். N சிங் கமிஷன் சமர்ப்பித்த அறிக்கை என்ன சொல்கிறது என்று நீங்கள் ஆவலுடன் கேட்பது எனக்குத் தெரிகிறது.

“இந்தப் படுகொலைகளுக்குக் காங்கிரஸ் அரசும் மேலும் Local Administration ம் தான் காரணம். நன்றி வணக்கம்”.

‘சரி சரி வடக்கு வாழ்கிறது, தெற்கு தேய்கிறது’ என்ற கோஷம் கேட்கிறது.

Organised Crime ல் வடக்காவது தெற்காவது. எல்லாம் ஒன்று தான். ஒரே அதிகார வர்க்கம்; ஒரே முகம் தான்.

சரி விடுங்க பாஸ். எங்கோ வட மாநிலங்களில் நடந்தது .இந்த மாதிரி விஷயங்களில் நம்ம சவுத் ரொம்ப பரவாயில்லை பாஸ். நாம ரொம்ப பக்குவமடைந்தவர்கள். அவர்களைப் போல இல்லை என்பவர்களா நீங்கள்? இதே உங்கள் வேண்டுகோளுக்கு இணங்கி நாம் இப்படியே தென் மாநிலங்களில் பயணம் செய்யலாம்.

15

நான் கடந்த 15 வருடங்களாக செய்து கொண்டிருக்கும் இரண்டு செயல்களைப் பற்றியது தான் இந்தப் பதிவு. இது யாரும் சொல்லி செய்ய வில்லை. எனக்காக தோன்றியது. ஆரம்பித்து செய்ய தொடங்கி விட்டேன். இதை எழுதும் இந்த நிமிடம் வரை முழு மனதுடன் செய்து கொண்டு வருகிறேன்.

நிகழ்வு ஒன்று:

நான் திருச்சியில் கள்ள தெரு என்ற சிறு சாலையில் உள்ள. TELC middle School ல் தான் ஒன்றாம் வகுப்பில் இருந்து ஏழாம் வகுப்பு வரை படித்தேன். எட்டு முதல் ப்ளஸ்2 வரை பிஷப் ஹீபர் பள்ளியில் படித்தேன்.

இந்த TELC ஸ்கூலைப் பற்றி சில வார்த்தைகள். என்ன தான் கிறிஸ்துவ சபை நடத்தும் பள்ளி என்றாலும் எனக்கு தெரிந்த வரை கடந்த நாற்பது வருடமாக எந்த முன்னேற்றமும் இல்லாமல் நான் படித்த போது எப்படி இருந்ததோ அதே போல் தான் இன்றும் உள்ளது.

சமூகத்தின் விளிம்பு நிலை மனிதர்களின் குழந்தைகள் பெரு வாரியாக படிப்பதனால் இருக்கலாம். தெரிய வில்லை. எந்த முன்னேற்றமும் இல்லை.. mean School infrastructure ல். நான் கடந்த 15 வருடங்களுக்கு முன் எதேச்சையாக ஒருமுறை இந்தப் பள்ளிக்குச் சென்று தலைமை ஆசிரியரைச் சந்தித்தேன்.

(இடை செருகல். வங்கி வேலையில் நான்கு வருடங்களுக்கு ஒரு முறை சம்பள விகிதம் மாறும். அப்போது பழைய ஊதியத்திற்கும் புதிய ஊதிய விகிதத்திற்க்கும் உள்ள வேறுபாட்டை அரியர்ஸ் ஆக வங்கி ஊழியர்கள், அதிகாரிகளுக்குக் கொடுப்பார்கள். அப்படி இப்படி என்று கிட்ட தட்ட மூன்றரை லட்ச ரூபாய் எனக்கு வந்தது)

தலைமை ஆசிரியரை சந்தித்து நான் இந்த பள்ளியின் முன்னாள் மாணவ். தற்போது வங்கியில் வேலை செய்கிறேன். எனவே சும்மா பள்ளியைப் பார்க்க வந்துள்ளேன் என்று சொல்லிப் பேசி கொண்டிருந்தேன்.

எனது உண்மையான நோக்கம் “அந்த மூன்றரை லட்சம்” பணத்தைப் பள்ளிக்குக் கொடுத்து ஏதாவது முக்கியமாக தேவைப்படும் பொருட்களை (பெஞ்ச், நாற்காலி, ஆய்வக உபகரணங்கள் இப்படி ஏதாவது) வாங்கிக் கொள்ளுங்கள் என்று சொல்லி கொடுப்பது தான் என் நோக்கம்.

அவரிடம் கிட்ட தட்ட ஒரு நான்கு மணி நேரத்திற்க்கு மேல் பேசிக் கொண்டிருந்தேன். (முதலிலேயே அப்பாயிண்மென்ட் வாங்கி ஒரு கோடை விடுமுறை நாளில் தான் சென்றிருந்தேன்) பேச்சு முடியும் தருவாயில் அவரிடம் கேட்டேன் “ஸார் நீங்களோ இன்னும் கொஞ்ச நாட்களில் ஓய்வு பெற போகிறீர்கள் இந்தப் பள்ளியில் நீண்ட நாட்களாக வேலை பார்க்கிறீர்கள். உங்கள் மனது வருந்தும் படியாக இந்தப் பள்ளியில் எதுவும் நிகழ்ந்துள்ளதா என்று எதேச்சையாக கேட்டேன். அவர் சொன்னார்.

உடனே அவர், தம்பி இங்கே படிக்கும் பெருவாரியான பசங்க துப்புரவுத் தொழிலாளர்களின் குழந்தைகள். நிறைய இடை நிற்றல்கள் அதிகமாகி கொண்டே போகிறது. உதாரணமாக ஆண்டு கல்விக் கட்டணம் செலுத்த முடியாத (அது அரசு பள்ளி இல்லை. அரசு உதவி பெறும் தனியார் பள்ளி) பல குழந்தைகள் உள்ளனர். பல பேருக்கு ஒழுங்கான சீருடை கிடையாது. நோட்டு புத்தகங்கள் இன்னும் பல அடிப்படைத் தேவைகள் சரியாக கிடைப்பதில்லை. அப்படியே கிடைத்தாலும் அது தரமற்றதாக, உபயோகப் படுத்தும் நிலையில் இல்லை என்றார். (இன்று தற்போதைய அரசு பள்ளிகளில் இது அனைத்தும் கிடைக்கிறது. ஆனால் பதினைந்து வருடம் முன்பு நிலைமை சற்று வேறு. போததற்கு தனியார் பள்ளி வேறு) அது எனக்கு மிகுந்த மனவருத்தத்தை ஏற்படுத்துகிறது என்றார்.

அந்த கனம் முடிவெடுத்தேன் வருடத்திற்கு 25 குழந்தைகளை நான் தத்து எடுத்துக் கொள்வது என்று.

எனவே அந்த மூன்றரை லட்சத்தைப் பள்ளிக்குத் தர வில்லை. உடனே அடுத்த பேருந்தில் சென்னை திரும்பி விட்டேன். அப்போது நான் சென்னையில் பணி புரிந்தேன். அடுத்த இரண்டு மாதம் தீர்க்கமாக திட்டமிட்டேன். என்ன என்ன செய்ய போகிறேன் என்று.

ஒவ்வொரு வார வெள்ளிக் கிழமை இரவும் திருச்சி போய் விடுவேன். ஒத்த சிந்தனை உள்ள இரண்டு நண்பர்களைத் தேடி பிடித்தேன். தலைமை ஆசிரியர் அவர்களை வழிகாட்டியாக நியமித்தேன். இடை நிற்கும் சாத்தியக்கூறு உள்ள குழந்தைகளை தலைமை ஆசிரியர் தேர்ந்தெடுத்துக் கொடுத்தார். அதையும் முழுதாக நம்பாமல் நானே அந்த குழந்தைகளின் பெற்றோர்கள் அனைவரையும் சந்தித்தேன். நிறைய காத்திருத்தல்கள். சில இடங்களில் ஏளனம், கேலி, இன்னும் சில இடங்களில் லேசான அவமானம் என நிறைய அனுபவங்கள். ஆனால் தொடர்ந்து வாரா வாரம் சென்றேன். குழந்தைகளின் தாய்மார்களுடன், குழந்தைகளுடன், தலைமை ஆசிரியருடன், இரண்டு நண்பர்களுடன் என நிறைய, நிறைய பேசினேன்.

முழுதாக பத்து மாதம் ஆனது இந்த Process க்கு வார இறுதியானால் தோள் பையுடன் கிளம்பி விடுவேன் (சமயத்தில் என் மகனையும் அழைத்துச் சென்றுள்ளேன்) இறுதியாக, உண்மையிலேயே தேவை உள்ள 25 குழந்தைகளை ஒரு சுப யோக சுப தினத்தில் மானசீகமாக தத்து எடுத்துக் கொண்டேன்.

அவர்கள் ஐந்தாம் வகுப்பிலிருந்து ஏழாம் வகுப்பு வரை என்று வைத்து கொண்டேன்.

பிறகு அவர்களின் கல்விக் கட்டணம். தேர்வுக் கட்டணம் என எல்லாவற்றையும் நான் தான் கட்டி வருகிறேன் இன்று வரை. இது போக அவர்களுக்குத் தரமான சீருடை. நோட்டு புத்தகங்கள், பேனா. காலணி, ஜாமென்டரி பாக்ஸ். (இருப்பதிலேயே பெஸ்ட்) என எல்லாவற்றையும் பார்த்து பார்த்து வாங்கிக் கொடுத்தேன். இரண்டு நண்பர்கள் துணை நின்றனர். அவர்களும் தினக்கூலி. பொருளாதார ரீதியாக உதவ முடியாது. ஆனால் உண்மையில் சொக்க தங்கம். இது வரை ஒரு ரூபாயைக் கூட வீணாக செலவு செய்ததில்லை. மேற்பார்வையிட தலைமை ஆசிரியர் இருக்கிறார். Of course ஓய்வு பெற்று விட்டார். ஆனால் நாங்கள் நான்கே பேர். ஒரு சிறு மாற்றத்தை உருவாக்க முடிந்தது. இது இன்று பல்கி பெருகி வருகிறது.(பாலா ஹாப்பி, அண்ணாச்சி.

இதில் இரண்டு முக்கியமான விஷயங்கள் .

ஒன்று ,தேர்ந்தெடுக்கும் குழந்தைகளின் ஜாதி, மதம், இனம், பார்க்கக் கூடாது என்பது தான் நான் வகுத்த அடிப்படைவிதி.

ஸ்ரீ அரவிந்த்

நிறைய லோக்கல் கட்ட பஞ்சாயத்து பார்ட்டிகள், கவுன்சிலர்கள் வந்தார்கள், மாமூல் வாங்க. என்னமோ நான் பெரிய தொழிலதிபர் என்று நினைத்துக் கொண்டு. ஆனால் அனைவரையும் தில்லாக சமாளித்தோம். பிறகு அவர்களால் எந்த பிரச்சனையும் இல்லை. சொல்லப் போனால் சில உதவிகள் கூட செய்து இருக்கிறார்கள்.

நான் வகுத்த அடுத்த அடிப்படை விதி, ஒரு ரூபாய் கூட நன்கொடையாக யாரிடமிருந்தும் பெறக் கூடாது.

மூன்றாம் விதி, நான் அரசு ஊழியராக இருப்பதால் எந்த இடத்திலும் என்னை முன்னிலைப் படுத்திக் கொள்ளக் கூடாது. என் கையொப்பம் இடக் கூடாது.

இந்த மாதிரி 17 அடிப்படை விதிகளை வகுத்து விட்டு தான் இந்த வேலையை ஆரம்பித்தேன்.

ஆரம்ப காலங்களில் நிறைய சிரமப் பட்டேன். ஒவ்வொரு 7,. வகுப்பு மாணவ மாணவியிடமும் மணிக்கணக்காகப் போரடிக்க விடாமல் ஜாலியாக பேசுவேன். அந்த சனி ஞாயிறுகளில் என் கனவைச் சொல்வேன்.

அதற்கு நல்ல பலன். இப்போது அந்த மாணவ மாணவியர் கல்லூரிகளில் படிக்கின்றனர். சில பேர் வேலைக்கு முயற்சி செய்து கொண்டு உள்ளார்கள். கிட்ட தட்ட அது ஒரு செல்ஃப் ரிலையண்ட் ஆக மாறி விட்டது. அந்த மாணவ செல்வங்களே முக்கால் வாசி வேலைகளைப் பார்த்துக் கொள்கிறார்கள். யாரை தேர்ந்தெடுக்கலாம் யாருக்கு உதவி உள்ளது, யார் கைவிடப் பட்ட நிலையில் இருக்கிறார்கள். எல்லாம் அவர்களே பார்த்து கொள்கிறார்கள்?. *mean those who are in College or Completed College and searching for job*. ஆனாலும் எல்லாவற்றையும் நான் பெர்சனலாக கண்காணிக்கிறேன்.

ஆரம்ப காலம் மாதிரி இப்போது நிறைய பயணங்கள் ,கடும் உழைப்பு தேவைப்படுவதில்லை. ஒரு சில தொலைபேசி அழைப்புகள். முடிந்தால் மாதம் ஒரு முறை ஜஸ்ட் ஒரு விசிட். ஸ்மூத்தாகப் போய்க் கொண்டு உள்ளது.

இதில் இரண்டு முக்கியமான விஷயம் அந்த மூன்றறை லட்சம் வெறும் *Base Money* தான்.

எனது வங்கியில் நிறைய அலவன்ஸ்கள் உண்டு. உதாரணமாக எனக்கு காரில் செல்ல பெட்ரோல் அலவன்ஸ் உண்டு. மாதம் 150

லிட்டர். ஆனால் பெரும்பாலும் எங்கு சென்றாலும் பொதுப் பேருந்து பயணம் தான். இப்படி எல்லா அலவன்ஸ்களிலிருந்தும் மிச்சம் செய்த காசில் தான் இது நடக்கிறது. (என் கொள்கை வேறு; என் குடும்ப சவுகர்யம் வேறு..

அவர்களுடன் என்றால் எனது காரில் சொகுசு பயணம் தான். நான் மட்டும் என்றால் பேருந்து; இல்லையென்றால் நடை ராஜா தான்.

என்னால் முடிந்த இந்த ஒரு சிறு நிகழ்வுக்கு நான் நன்றி சொல்ல வேண்டும் என்றால் ஒரே ஒருவருக்கு தான் சொல்வேன். அது என் மனைவிக்கு இது அனைத்தும் அவள் சம்மதத்தின் பேரில் தான் நடக்கிறது.

இந்த ஐடியாவை நான் கன்சீவ் பண்ணி அவளிடம் சொன்ன போது. அப்போது அவள் சொன்ன ஒரு வார்த்தை தான் இத்தனை தூரம் இந்த நிகழ்வு வர காரணம். சரிங்க செய்யுங்க. ஆனால் தாரிணி. என் மகள். "அரவிந்த் (என் மகன்) இருவரையும் சேர்த்து 27 பேர்ன்னு கணக்கு போடுங்க என்றாள்.

16

கொஞ்சம் பெரிய முன்கதை சுருக்கம்

நிகழ்வு ஒன்று ஒரு மாதிரியாக *Stabilise* ஆகிக் கொண்டிருந்த கால கட்டம் அது. நாம தான் கோணங்கி ஆச்சே. அடுத்த கட்டத்தை பற்றி மனது யோசிக்க ஆரம்பித்தது.

இடை செருகல் . நான் எப்படி அரசு வேலைக்கு முயல வேண்டி கட்டாயத்திற்கு ஆளானேன் என்பது பற்றியும், எப்படி அதிலிருந்து கரை ஏறினேன் என்பது பற்றியும் உங்களுக்கு லேசாக சொல்லி இருக்கிறேன் என்று நினைக்கிறேன். அதாவது, மேல்மருவத்தூர் ஆதி பராசக்தி கல்லூரியில் விரிவுரையாளர் வேலை. இரண்டாயிரம் ரூபாய் மாத சம்பளம். 1995 ல் எனக்கு அது போதுமானதாக தான் இருந்தது. இடையில் சக பணியாளர் உடன் காதல் வேறு. நன்றாக தான் இருந்தது. தனி ஆள் அறை வாடகை 250 ரூபாய். சாப்பாடு ஆயிரம் ருபாய். நண்பர்களோடு வார வாரம் மதுராந்தகத்தில் சினிமா. எனக்கே எனக்கென்று ஒரு சைக்கிள். ஜாலியாக நாட்கள் சென்றன.

திடீரென எதோ ஒரு அசட்டு தைரியத்தில் கல்யாணமும் பண்ணிக் கொண்டேன்.. எனது தந்தை நான் கல்லூரி முதல் ஆண்டு படிக்கும் போதே இறந்து விட்டார். அம்மா மட்டும் தான். எந்த உறவினரும் கிடையாது. ஏனென்றால் எனது தாய் தந்தை காதல் திருமணம் செய்து கொண்டவர்கள். எனவே அப்பா வழியிலும் உறவினர்கள் கை கழுவி விட்டார்கள். அம்மா வழியிலும் பெரிதாக யாரும் இல்லை. ஆச்சா. *So* அம்மா மட்டும் தான். ஏதோ ஒரு விதத்தில் எனது தெருவில் வசித்த ஒரு அக்காவின் உதவியால் அதாவது அவர் *Facilitate* செய்ததால் என் மாமனார் சரி பையன் பி.பார்ம் படித்திருக்கிறான். கல்லூரியில் வேலை பார்க்கிறான் என்று ஏமாந்து அவர் பெண்ணை (அதாவது என் மனைவியை) திருமணம் அவர் முழு செலவில் செய்து வைத்தார்.

கையில் பத்து ருபாய் கூட இல்லாமல், இன்னும் சொல்லப் போனால் 1996 ரூபாய் இருபது ஆயிரம் எங்க அம்மாவுக்குக் கொடுத்தார். கல்யாண செலவுக்காக.

(அந்த நன்றிக்காகத் தான் இன்னும் அவரை நான் என் தந்தை போல் நினைக்கிறேன். இந்த 27 வருட திருமண வாழ்க்கையில் எனக்கும் என் மனைவிக்கும் நிறைய சண்டை வந்துள்ளது. ஏன் என் மனைவியின் அம்மா அதாவது என் மாமியார் மற்றும் மனைவியின் இரண்டு தம்பிகளுடன் . என் மனைவி என் மாமனாருக்கு ஒரே மகள். மற்றும் இரு மகன்கள்) சில மனஸ்தாபங்கள் வந்தது உண்டு. ஆனால் எனக்கும் என் மாமனாருக்கும் ஒரு போதும் மனஸ்தாபம் வந்தது இல்லை. அவருக்கு மனஸ்தாபம் ஏற்படும் என்றால் நான் ஆஃப் ஆகி விடுவேன். என் மனம் புண்படும் என்றால், அவர் பின்வாங்கி விடுவார்.

இந்த 27 வருடங்களில் ஒரு தந்தை. மகனாகத் தான் பழகுகிறோம்.

அவ்வளவு ஏன் இப்போது கோவா போன போது கூட உயர் தரமான விஸ்கி வாங்கி அவருக்குப் பரிசளித்தேன். அவர் பொதுவாக குடிக்க மாட்டார். ஆனால பாலு. அதாவது நான்) வாங்கி கொடுத்தது என்று நண்பர்கள் முன்னே பெருமையாக காண்பிப்பார். ஒரு ஃபுல் பாட்டிலை இரண்டு மூன்று வருடங்கள் வைத்துக் குடிப்பார்.எனக்கும் என் மனைவிக்கும் நடக்கும் மிக கடுமையான சண்டையின் போது கூட குறுக்கே வர மாட்டார். ஓரிரு தடவை. இந்த 27 வருடங்களில். 'என்ன பாலு' என்று மெல்லிய குரலில் கேட்டால் நான் total Sur render. அதே போல் நான் தொண்டை கம்ம 'மாமா...' என்றால். அவ்வளவு தான் அவர் அப்படியே இளகி விடுவார். எனவே மாமனார் மருமகன் நிலையை விட தகப்பன் மகன் நிலை தான் எங்களுக்குள் மேலோங்கியுள்ளது.

இன்று ஏதோ Mood set ஆக வில்லை போல. நிகழ்வு இரண்டை எழுத வந்து மாமனார். மருமகன் கதையை எழுதிக் கொண்டு உள்ளேன். (தெரியவில்லை இந்தப் பகுதியைக் கட் பண்ணித் தூக்கி போட்டாலும் போட்டு விடுவேன்.)

சரி நம்ம கதைக்கு வருவோம். தில்லாக மாதம் இரண்டாயிரம் சம்பளத்தின் போதே கல்யாணம் பண்ணிக் கொண்டேன். அடுத்த வருடம் என் மகள் பிறந்தாள். சந்தோஷமாக தான் சென்றது வாழ்க்கை. ஆனால் 2000 ஆண்டில் பிரச்சனை வந்தது. M.Pharm படித்திருந்தால் மட்டுமே வேலை பார்க்க முடியும் என்ற ஒரு சூழ்நிலை ஏற்பட்டது.

எனவே என் கூட வேலை பார்ப்பவர்கள் சில பேர் GATE க்கு படிக்க ஆரம்பித்தனர். சிலர் தனியார் கல்லூரிகளில் 70,000 கொடுத்து சீட் வாங்கி முதுகலை படிக்க ஆரம்பித்தனர். நானே அன்றாடம் காச்சியாக வாழ்ந்து கொண்டிருப்பவன். சம்பளம் மாதம் ஐந்தாயிரம் ஆகி இருந்தது. சம்பளம் வந்தால் சாப்பாடு என்ற நிலை. So தனியார் கல்லூரிகளில் 70,000, 80,000 கொடுத்து சீட் வாங்கி படிக்க முடியாத நிலை. எல்லோரும் GATE க்குப் படிக்கச் சொல்லி வற்புறுத்தினார்கள். Stipend உண்டு. இரண்டு வருடம் போகிற போக்கில் ஓடி விடும். பின்னர் M.Pharm. பட்டத்துடன் வேலை பாக்கலாம் என்றனர்.

ஆனால் நான் வேறு மாதிரி யோசித்தேன். படிப்பது என்று முடிவாகி விட்டது. அதை ஏன் M.Pharm. படிக்க வேண்டும். போட்டி தேர்வுக்கு படித்தால் அரசு வேலை கிடைக்கும் அல்லவா? பிறகு எவர் தயவும் வேண்டாமே என்று முடிவெடுத்து Govt Exam க்கு படிக்க ஆரம்பித்தேன்.

இப்போது உள்ளது போல் நிறைய கோச்சிங் சென்டர் கிடையாது. வழிகாட்டவும் ஆள் இல்லை. ஏற்கனவே சொன்ன மாதிரி உன்மத்தம் பிடித்த நிலையில் படிக்க ஆரம்பித்தேன். பகலில் கல்லூரி வேலை, இரவில் படிப்பு ஒரு நாளைக்கு மூன்று மணி நேரம் மட்டுமே தூக்கம். எல்லாவற்றையும் படித்தேன். புதுப் புது வழிகளைக் கண்டுபிடித்துப் படிக்க ஆரம்பித்தேன்.

நிறைய கலரில் பேனாக்கள் வாங்கி கொண்டு குறிப்புகள் எடுப்பது முதல். நிறைய மெத்தட்களை பாலோ செய்தேன். ஒன்று கவனியுங்கள். எங்கும் கோச்சிங் கிளாஸ்கெல்லாம் செல்ல வில்லை. ஒரு மாதிரி தானே தீர்மானித்துக் கொண்டு ஒரு முரட்டு அடி மெத்தட் அது. ஆனால் வலி மிகுந்தது. இன்னமும் 17 பெரிய லாங் சைஸ் நோட்டுகள். நான் குறிப்புகள் எடுத்து நோட்ஸ் தயார் செய்தது) என்னிடம் இன்றும் இருக்கின்றன.

இடையில் நிறைய போட்டித் தேர்வுகளில் கலந்து கொண்டேன். தவறுகளைக் கண்டுபிடிக்க ஆரம்பித்தேன்.

என் வழி தனி வழி என்று நிறைய முறைகளைச் செயல்படுத்தி தோற்றேன். மறுபடி தோற்றேன். மறுபடியும் தோற்றேன்.

ஒரு 30 போட்டி தேர்வுகள் எழுதி முடித்ததும் ஒரு பிடி கிடைக்க ஆரம்பித்தது.

அட இவ்வளவுதான சூட்சமம் என்ற நிலைக்கு வர 50 தேர்வுகளாயின.

பிறகு 80 ஆவது தேர்வில் முதல் வெற்றி.

அதற்ப்புறம் எழுதிய தேர்வுகளில் எல்லாம் வெற்றி.

எனக்கு நன்றாக நினைவு இருக்கிறது. ஒரு ஏப்ரல் மாத மூன்றாம் வாரத்தில் எனக்கு நான்கு மத்திய அரசு வேலைகளுக்கான ஆர்டர் வந்தது. (சூரரைப் போற்று படத்தில் வருவது போல, ஜெயிச்சிட்ட மாறா என்றுக் சொல்லி கொண்டேன்.)

பிறகு அதில் ஒன்றைத் தேர்ந்தெடுத்து வேலையில் சேர்ந்தேன். *Archaeological Survey of India. Ministry of culture. Govt of India).* பிறகு வேறு ஒரு அரசு வேலைக்கு தாவல்.

பிறகு வங்கி வேலை. இடையில் மகன் பிறந்தான். இனியெல்லாம் சுகமே என்று பாடாத குறை. அரசு ஊழியர்கள் குடியிருப்பு. சொந்த இரு சக்கர வாகனம். பிறகு விக்கிரமன் படம் மாதிரி ஒரே பாட்டில் இல்லாமல் முதன்முதலாக ஒரு அப்பார்ட்மெண்ட் சென்னையில் வாங்கினேன். *of course housing loan*ல் தான். பிறகு முதல் கார் வாங்கினேன்.

அன்றாடம் காச்சி நிலையிலிருந்து நடுத்தர வர்க்கம் என்ற நிலைக்கு உயர்ந்தேன்.

(இடையில் நிகழ்வு ஒன்று ஒரு மாதிரியாக *Stabilise* ஆகி கொண்டிருந்தது)

எனக்கு இன்றும் நன்றாக நியாபகம் இருக்கிறது.

ஒரு சனி இரவு எனது அறையில் பெக்கார்டி லெமன் குடித்து கொண்டே ராகுல சாங்கியத்தியனின் "வால்கா விலிருந்து கங்கை வரை புத்தகம் படித்துக் கொண்டிருந்தபோது. சடாரென்று தோன்றியது.

சரி... நான் ஒருவன் எப்படியோ முள்ளிலும் சேற்றிலும் வழுக்கி விழுந்தது பாடாத பாடு பட்டு, விழுந்து பின் தட்டு தடுமாறி எழுந்து விட்டேன்.

சரி... இதே போல தான நிறைய பேர்கள். குறிப்பாக, என்னைப் போல் இருப்பார்கள்.

அவர்களுக்கு நான் என்ன செய்தேன் என்று யோசனை வந்தது.

(காதலா காதலா படத்தில் கமல் ஏதாவது குறுக்கு வழியில் யோசிக்கும் போது கிராபிக்ஸ்ல் தலையில் இரு சிவப்புக் கொம்பு முளைக்கும்)

எனக்கும் முளைத்தது அன்றிரவு. ஆனால் நல்லதிற்கு.

தேடல் ஆரம்பமானது.

17

டிகிரி முடித்து, கிராமங்களில் இருந்து போட்டித் தேர்வு ஆசையில் நகரங்களுக்கு வந்து தன்னம்பிக்கையைத் தொலைத்து வயிற்றில் பசியுடனும் கண்களில் மிரட்சியுடன் அலையும் இளைஞர்கள். இளைஞிகளை கவனிக்க ஆரம்பித்தேன். மிக நீண்ட தேடலுக்கு பின் நால்வரைத் தேர்ந்தெடுத்தேன். ஆரம்பித்தேன். (மூன்று பையன்கள், ஒரு பெண்) என் தேர்வு முறை முற்றிலும் கடுமையாக ஏன்கிட்ட தட்ட பைத்தியக்காரத் தனமாக இருக்கும்.)

இங்கேயும் விதிகள் உண்டு.

முதல் விதி,

எந்த விதத்திலும் எனக்கு சொந்தமாகவோ ஏன் தூரத்து சொந்தமாகவோ அல்லது எனக்குத் தெரிந்த நண்பர்களின் அல்லது நண்பர்களின் நண்பர்களின் குழந்தைகளோ இருக்கக் கூடாது

இரண்டாம் விதி,

முதல் தலைமுறை பட்டதாரி ஆக இருக்க வேண்டும். அவன் அல்லது அவள் வேலைக்குப் போனால் தான் அந்தக் குடும்பத்திற்கு விடிவு என்ற நிலை இருக்க வேண்டும்.

மூன்றாம் விதி,

கண்டிப்பாக பையன் அல்லது பெண்ணிடம் உள்ளுக்குள் ஒரு தீ கொழுந்து விட்டு எரிய வேண்டும். எந்த சப்போர்டும் இருக்கக் கூடாது.. இப்போது புரிகிறது. நான் என்னை மாதிரியே இருந்தவர்களை தேடி இருக்கிறேன்.)

நான்காம் விதி

கண்டிப்பாக சாதி, மதம், இனம் பார்க்கப் போவதில்லை.

இப்படி நிறைய விதிகளை எனக்கு நானே வகுத்துக் கொண்டு தேட ஆரம்பித்தேன்.

சிபாரிசுடன் வந்தால் ஆரம்பத்திலேயே *disqualified*.

நான் மாடியில் ஏறி குதி என்றால் உடனே கேள்வி கேட்காமல் குதித்து விட வேண்டும். அப்படி ஒரு *Discipline*. எதிர்பார்த்தேன்.

ஏனென்றால், இதில் என்னுடைய உழைப்பு அறிவு, நேரம், பணம் குடும்பத்திற்கு உன்டான நேரம் முதலிய அனைத்தயும் இன்வெஸ்ட் பண்ணப் போகிறேன். எனவே மிக மிக தகுதியானவர்களுக்கு போய் சேர வேண்டும் என்பதில் உறுதியாக இருந்தேன்.

முதலில் பெர்னாண்டஸ் கிடைத்தான்; பிறகு பிரியா கிடைத்தாள்; மேலும் இருவர் கிடைத்தார்கள்.

ஆக நான்கு பேர்.

நான் தட்டுத்தடுமாறி சேற்றில். பள்ளத்தில் விழுந்து. எழுந்து அவமானப்பட்டு அசிங்கப்பட்டு சுய முயற்சியில் கற்றுக் கொண்ட மொத்த வித்தையையும் அவர்கள் மேல் இறக்க ஆரம்பித்தேன்.

தினமும் நடேசன் பூங்கா நாகேஸ்வர ராவ் பூங்கா என பொது இடத்தில் வகுப்புகள். என்ன பெரிய வகுப்பு! நான்கு பேர் என்னைச் சுற்றி உட்கார்ந்து கொள்வார்கள் நான் சொல்லி தருவேன். சனி ஞாயிறுகளில் *Mock test* நடத்துவேன்.

மாக் இன்டர்வியூ நடத்துவேன். இன்டர்வியூ அறையில் நுழைவது முதல் வெளியே வருவது வரை செய்து காண்பிப்பேன். குறிப்பாக உடல் மொழி. தோள்கள் எப்படி இருக்க வேண்டும். கைகள் எப்படி இருக்க வேண்டும், நடை, உடை, தலை அசைவு, கண்கள் என ஒவ்வொன்றையும் செய்து காண்பிப்பேன். பிறகு அவர்களை செய்யச் சொல்லித் திருத்துவேன். சனி ஞாயிறு மாலை முழுவதும் இது நடக்கும்.

(ஏனென்றால் அந்தக் கால கட்டத்தில் ஏன், தற்போதும் கூட ஆளுமைத் திறன் நேர்காணலில்தான் மதிப்பிடபடுகிறது. அதில் நம்ம பசங்க கொஞ்சம் வீக். எனவே அதையும் சரி செய்ய ஆரம்பித்தேன்)

அவர்களுக்குப் புத்தங்கள் வாங்கி தருவதில் இருந்து தேர்வுக்கு பணம் கட்டுவது வரை எல்லா செலவும் எனது சம்பளம் மற்றும். எனக்கு வங்கி கொடுக்கும் அலவன்ஸில் மிச்சம் பிடித்து செய்தேன். கடைசிவரை ஒரு ரூபாய் அவர்களிடம் வாங்கியது கிடையாது.

அவர்களுக்கு சொல்லி தர என்னை நான் தினமும் *update* பண்ணி கொள்வேன். (ஆரம்பிக்கும் முன்னரே தெளிவாக சொல்லி விட்டேன். அவர்கள் அரசு வேலையில் சேருகின்ற தினம் வரையில் தான் அவர்கள்

தொலைபேசி எண்ணை நான் வைத்திருப்பேன். சேர்ந்த அன்று நம்பரை டெலிட் செய்து விடுவேன். அதே போல் அவர்களும் என் நம்பரை டெலிட் செய்து விட வேண்டும். இது முதல் நாளிலே நடேசன் பார்க்கில் சொல்லி விட்டேன்.. இதில் பிரியா மட்டும் கொஞ்சம் சொதப்பி விட்டாள். அதை பற்றிப் கடைசியில் சொல்கிறேன்)

அடுத்த 11 ஆவதுமாதம் எங்கள் ஐவருக்கும் பேய் பிடித்து விட்டது.

இது எல்லாம் என் மனைவி குழந்தைகளுக்கு நன்றாக தெரியும்

முதலில் பிரியா தான் வெளியேறினாள். இன்று கடலூர் இந்தியன் வங்கியில் அவள் Chief Manager. பிறகு ஒவ்வொருவராக place ஆகத் தொடங்கினார்கள்.

பெர்னாண்டஸ் LIC யின் வளர்ச்சி அதிகாரி, முத்து குமார் கஸ்டம்ஸ் அதிகாரி, இன்னொருவன் சென்ட்ரல் எக்ஸ்சைஸ்ல் அதிகாரி.

நான் வைத்த ஒரே ஒரு வேண்டுகோள். நான் என்னுடைய அறிவு, பொருள் எல்லாவற்றையும் அவர்களுக்கு, கொடுத்தது போல் அவர்கள் அடுத்த செட்டை அவர்கள் தேர்தெடுத்து உதவ எடுத்து வேண்டும். அவ்வளவு தான். எங்கு வேண்டுமானாலும் இரு. என்ன வேலை வேண்டுமானாலும் செய்.

ஆனால் எப்படி இதற்கு முன் உங்களை முன் பின் பாராமல் நான் உங்களுக்கு உதவினேனோ அதே போல் நீங்கள் செய்ய வேண்டும். அவ்வளவு தான்.

இப்படியாக இன்று என்னுடன் நான்காவது பேட்ச் பயணித்து கொண்டிருக்கிறது

இந்த ஐம்பத்தி ஒன்று வயதில் மொத்தம் நான் உருவாக்கியது வெவ்வேறு அரசு துறைகளில் பதினொரு அதிகாரிகளை.

இந்த செயலில் உனக்கு மன வருத்தமே இல்லையா என்று கேட்டீர்களானால் இரண்டு முறை மனம் வருத்தப் பட்டேன்

வருத்தம் ஒன்று:

என் உடன் பிறந்த தங்கை நான் செய்வதைப் பற்றிக் கேள்விப் பட்டு அவள் மகனைச் சேர்த்துக் கொள்ளச் சொன்னாள். நான் மூர்க்கமாக மறுத்து விட்டேன். ஏனென்றால் அவனிடம் ஃபயர் இல்லை. பிளஸ் டூ வில் 680 மார்க் 1200 க்கு. எனவே விதிகளை சொல்லி மறுத்து விட்டேன். ஆனால் என் தங்கை அகால மரணமடைந்து விட்டாள். அது இன்னமும் என் நெஞ்சை அறுக்கிறது. ஒருவேளை அவனையும் சேர்த்திருக்கலாமோ என்ற மன சஞ்சலம் அவ்வப்போது வரும்.

ஆனால் இவன் ஒருவனால் திட்டத்தின் நோக்கமே மாறி இருக்கும் என்று மனதைத் தேற்றிக் கொள்கிறேன்

சம்பவம் இரண்டு.

பிரியா வேலையில் சேர்ந்து இரண்டு வருடங்கள் கழித்து திடீரென்று தாம்பாளத் தட்டில் பழம், பூக்கள் என எடுத்துக் கொண்டு அவளின் தாய் தந்தையுடன் என் வீட்டிற்கு ஒரு வியாழன் மாலை வந்தாள். எனக்கு ஒன்றும் புரிய வில்லை. கூட பெற்றோர் வேறு. எனவே கோபத்தை அடக்கி கொண்டு என்ன என்று கேட்டேன். உடனே பிரியா அவள் அம்மாவை பார்த்தாள். அந்த அம்மா. பிரியா" அங்கே கடலூரில் தனியாக கஷ்ட படுகிறாள் நாங்கள் இங்கே சென்னையில் இருக்கிறோம். எனவே நீங்கள் அவள் வங்கி HR உடன் பேசி அவளுக்கு சென்னைக்குப் பணி மாறுதல் வாங்கித் தர வேண்டும். நீங்கள் நல்ல பதில் சொல்லும் வரை நாங்கள் இந்த இடத்தை விட்டுப் போகப் போவதில்லை என்று சொன்னார்.

எனக்கு வந்த கோபத்தை நான் எப்படி அடக்கினேன் என்று இன்று வரை தெரிய வில்லை.

என் நிலையைப் பார்த்து என் மனைவி என்னைப் படுக்கையறைக்கு அழைத்து போய் பிரஷர் மாத்திரையும் காப்பியும் கொடுத்து "பத்து நிமிடம் தனியே இருங்கள் பின் வெளியே வாருங்கள்" என்று சொல்லி விட்டு பிரியாவுடன் பேச ஆரம்பித்தாள்.(பிரியா வை பற்றி அவளுக்கு முன்னமே தெரியும்)

அந்தப் பத்து நிமிஷம் ரொம்ப நொந்து போனேன். கடைசியில் பிரியா அம்மா உங்களுக்கும் பெண் குழந்தை இருக்கு. என் இடத்தில் இருந்து யோசனை செய்து பாருங்கள் என்று Emotional block mail செய்ய ஆரம்பித்தார்.

நான் நினைத்து இருந்தால் அந்த வங்கியில் HR Dept. இல் எனது நண்பர்கள் உண்டு பேசி இருக்கலாம். ஆனால் கடைசி வரை நான் பேச வில்லை. இறுதியாக நான் சொன்ன GET TOGETHER க்கு நம் நண்பர்கள் அனுமதியுடன் அந்தப் பத்து பேரையும் அழைக்கலாம் என்று இருக்கிறேன்.

நீங்கள் அனுமதித்தால் மட்டுமே

பார்ப்போம். எவ்வளவு தூரம் சாத்தியமாகிறது என்று.

18

நான் கடந்த 22 வருடங்களாக எந்தக் கோவிலுக்கும் என்னுடைய சுய விருப்பத்திற்காகச் சென்றதில்லை.. ஆனால் கடந்த ஐந்து வருடங்களாக பணியின் நிமித்தம் டெல்லி, மும்பையிலிருந்து வருகிற உயரதிகாரிகளை அவர்களின் கட்டளைகேற்ப பழனி முருகனையும் மதுரை மீனாட்சி அம்மனையும் வழிபட அழைத்துச் சென்று கொண்டிருக்கிறேன். கிட்ட தட்ட மாதம் இருமுறையாவது இப்படி நிகழ்ந்து விடுகிறது.

வெளியே ஆயிரக்கணக்கான பக்தர்கள் முட்டி மோதிக் கொண்டு காத்திருக்க. கருவறைக்கு மிக அருகே நாங்கள் மூன்று அல்லது நால்வர் மட்டும் ஆற அமர தரிசனம் செய்யும் அந்தக் கணங்களை மிகவும் வெறுக்கிறேன். ஆனால் எதுவும் சொல்ல முடியாது. அமைதியாக அவர்களுடன் நின்று கொண்டிருப்பேன்.

ஆனால் வாழ்க்கையில் தாங்க முடியாத அடி விழும் போது மனது சற்று பேதலித்து போகும். கடவுள் நம்மைத் தண்டிக்கிறாரோ என்ற சஞ்சலம் ஏற்படும். ஆனால் குறைந்த நாட்களில் அந்த சஞ்சலத்தில் இருந்து வெளியேறி விடுவேன்.

இப்போது நினைத்து பார்க்கிறேன். எப்போது நான் மிக பயபக்தியாக கடவுளை கும்பிட்டேன் என்று. S. அது ஆச்சு 22 வருடம். 2000 ஆண்டு நான் மேல்மருவத்தூர் மருந்தியல் கல்லூரியில் விரிவுரையாளராக வேலை பார்த்து கொண்டிருந்தேன். ஒரு மூன்று வருடங்கள் எந்த பிரச்சனையும் இன்றி ஓடியது. ஆனால் 2000 ல் கல்லூரியில். நெருக்குதல் அதிகமாயிற்று. மிகுந்த மனச் சோர்வு தந்த கால கட்டம் அது. மேற்படிப்பு படிக்கலாமா. *Pharma* ஹோால் சேல் பிஸ்னெஸ் செய்யலாமா என தடுமாறி கொண்டிருந்தேன். வயது வேறு 28 ஆகி விட்டது. மேற்கூறிய எதிலும் என்னால் திறம்பட செயல்பட முடியாது என்ற உண்மையை உணர எனக்கு நான்கு மாதம் பிடித்தது.

ஏதோ ஒரு இரவில் தனிமையில் ஒரு முடிவெடுத்தேன். இனி இந்தத் தனியார் கல்லூரி வேலை. சுய தொழில் எல்லாம் நமக்கு செட் ஆகாது. இனி நமக்கு அரசு வேலை தான் கதி என்று முடிவு செய்தேன்.

அன்றிலிருந்து பதினொரு மாதங்கள். பித்து பிடித்த நிலையில் இருந்தேன்.

அப்போது எனக்கு உட்கார்ந்து படிக்க, எழுத ஒரு மேஜை நாற்காலி கூட கிடையாது. தரையில் அமர்ந்து சூட்கேசை முன்னால் சிறிய மேஜை மாதிரி வைத்து பயன்படுத்துவேன். (இந்த லட்சணத்தில் அப்போது எனக்குத் திருமணம் ஆகி என் மகளுக்கு இரண்டு வயது வேறு) கிட்ட தட்ட அந்த ஒரு வருடம் பாதிப் பைத்தியமாக தான் இருந்தேன்.

இதில் தினமும் பகல் முழுக்க கல்லூரி வேலை. தினமும் இரவு 7.00 மணி தொடங்கி அதிகாலை மூன்று மணி வரை படிப்பு. குறிப்பெடுத்தல். Notes எழுதுவது. பின் கண்ணாடி முன் நேர்காணலுக்கு ஒத்திகையாக பேசி பார்ப்பது என்று ஒரு வித உன்மத்த நிலையிலிருந்தேன்

என் நிலையைப் பார்த்து என் மனைவி கூட சற்று பயந்து விட்டாள். ஆனால் என்னுடைய பலம், பலவீனம். இலக்கு எல்லாவற்றையும் முடிவு செய்து விட்டு இலக்கை நோக்கி அசுர வேகத்தில் ஓடிக் கொண்டிருந்தேன்.

கிட்டதட்ட 70 க்கும் மேற்பட்ட போட்டித் தேர்வுகள் மற்றும் பல நேர்காணல்கள் என என்னை கொஞ்சம் கொஞ்சமாக பட்டை தீட்டி கொண்டே வந்தேன்.

இன்றும் எனக்கு நன்றாக நினைவிருக்கிறது. அப்போது மேல்வருவத்தூர் அருகில் உள்ள அச்சரபாக்கத்தில் நான் எனது மனைவி, மகளுடன் ஒரு ஒண்டு குடித்தனம்.

ஒவ்வொரு சனியும் விடியற்காலை. மணிக்கு பஸ் பிடித்து 6.00 மணிக்கு தாம்பரம் வந்து விடுவேன். தாம்பரம் புகை வண்டி நிலையத்திலிருந்தவாறு அந்த நாளைத் திட்டமிடுவேன். முடிந்த வரை கால்நடையாக, முடியாத பட்சத்தில் பேருந்துகள் என சென்னை முழுவதும் அலைந்து திரிவேன். பின் இரவு 9.00 மணிக்கு புறப்பட்டு மறுபடியும் அச்சரபாக்கம்.

மீண்டும் அதிகாலை மறுபடியும் சென்னை. பின் இரவு வீடு திரும்பி அடுத்த நாள் வழக்கமான கல்லூரி வேலை. இப்படி தான்

அந்த 11 மாதமும் கழிந்தது. சரி சரி, இறைநம்பிக்கையைப் பேச வந்து ஏதோ சுய தம்பட்டமாக விட்டது. *Sorry*. ஆனால் உங்களுக்கு தெரிந்தால் தவறில்லை.

இந்தக் கால கட்டத்தில் ஒரு நாள் ஏதோ ஒரு வேகம் வந்து கல்லூரி முடிந்து வீடு திரும்புகையில் மேல்மருவத்தூர் கோயிலுக்கு சென்று மாலை போட்டுக் கொண்டு வீடு திரும்பினேன்.

நாம் பொதுவாக ஒரு வேண்டுதல் வைத்து மாலை அணிகிறோம் என்றால், அந்த வேண்டுதல் நிறைவேறினால் நாம் அந்தக் கடவுளை இறுக்கமாகப் பற்றிக் கொள்வோம். ஆனால் என் விஷயத்தில் அது சற்று வேறு மாதிரி நடந்தது)

இந்த பேய் பிடித்த உழைப்பு ஒருவாறாக ஒரு சம நிலைக்கு வந்தது. எனக்கு வந்த இந்திய அசோக சக்கரம் பொறித்த ஒரு கடிதத்தால்.

9 மாத முடிவிலேயே நிறைய நேர் காணல்கள்களைச் சந்திக்க துவங்கி இருந்தேன்.

பதினொராவது மாத முடிவில் *Staff Selection Commission Appointment letter, Archeological Survey of India's Appointment letter. Karnataka Antibiotics Appointment letter* என மூன்று அரசு வேலைகளில் எதை தேர்ந்தெடுப்பது என்று குழம்பி கடைசியாக இந்திய தொல்லியல் துறையில் போய் பணியில் சேர்ந்தேன்.

'ஆடிய காலும் பாடிய வாயும் சும்மா இருக்காது' என்ற பழ மொழிக்கேற்ப மறுபடியும் வெவ்வேறு அரசு வேலைகளுக்கு முயன்று கொண்டு தான் இருந்தேன். குறிப்பாக, இந்திய ரிசர்வ் வங்கி வேலைக்கு முயன்று கொண்டு இருந்தேன். (அந்த கால கட்டத்தில் திரு ஈஸ்வர செல்வத்தை சென்னை வேப்பேரியில் மருந்து ஆய்வாளர் பணிக்கான எழுத்து முறை தேர்வின் போது சந்தித்த நியாபகம் உள்ளது. பிறகு ஒருவழியாக இந்த நபார்டு வங்கியில் வந்து சேர்ந்தேன். காரணம், இது ரிசர்வ் வங்கியின் ஒரு அங்கம் என்பதால். (இன்றும் எனது *PF Account* ரிசர்வ் வங்கியில் தான் உள்ளது)

இடையில் கொஞ்ச நாள். அதாவது, ஒரு நான்கு வருடம் முன்பு வரை ஒவ்வொரு அம்மாவாசை அன்றும் . விரதம் எல்லாம் இல்லை. எனது தந்தையைக் கும்பிட்டுக் கொண்டிருந்தேன். சில காரணங்களால் இரு மாதங்களாக அம்மாவாசை அன்று கும்பிட முடிய வில்லை. ஒரு தடவை நான் ஏதோ வெளியூரில் இருந்தேன் இன்னொரு தடவை வேலை பளுவால் மறந்து போய் விட்டேன்.

உடனே எனது உறவினர்கள் மற்றும் நண்பர்கள். பித்ரு சாபம் பொல்லாதது. நான் அம்மாவாசை அன்று கும்பிடாதது மிக பெரிய தவறு. (எனது தந்தை நான் கல்லூரியில் முதலாம் ஆண்டு படிக்கும் போதே இறந்து விட்டார். உங்கள் அனைவருக்கும் தெரிந்த விஷயம் தானே. நான் முதலாம் ஆண்டையே மூன்று வருடம் படித்த ஆள்)

மற்றும் எனது மூதாதையர்கள் என்னை சபித்து விடுவார்கள் என்று பயமுறுத்தினர். உடனே வழக்கமான உள்ளிருக்கும் மிருகம் மெதுவாக வெளியே வந்தது. அவர்களிடம் நான் சரிங்க எனக்கு இரண்டு குழந்தைகள். எந்த நிலையிலும் ஏன் என் மரணத்திற்கு பிறகு கூட என் குழந்தைகள் கஷ்டபடக் கூடாது என்றே மனதார நினைக்கிறேன். அப்படி தான் இந்த உலகில் உள்ள ஒவ்வொரு தாய் தந்தையரும் நினைப்பார்கள். எனது தந்தையும் அப்படி தான் நினைத்து இருப்பார்.

அதை விடுத்து நீ என்னை அம்மாவாசை தோறும் வணங்க வேண்டும். வருடம் ஒரு முறை எனக்கு படையல் போட வேண்டும். அப்படி இல்லையென்றால் மேலுலகில் உள்ள வைதிரிணி நதியில் எனக்கு தண்ணீர் குடிக்க கிடைக்காது, அப்படி எனக்கு குடி தண்ணீர் கிடைக்க வில்லை என்றால் உன்னை மற்றும் உன் குடும்பத்தை நான் சபிப்பேன், கஷ்டங்களைக் குடுப்பேன் என்று என் தந்தை சொன்னால் அவரை நான் எந்தையாக ஏற்று கொள்ள முடியாது. என்று வாக்கு வாதம் பண்ணி அந்த அம்மாவாசை கும்பிடுவதையும் விட்டு விட்டேன்.

இறைநம்பிக்கை பற்றிய கேள்விக்கு. வினோத்தின் மிக தெளிவான பதில் எனக்கு மிகுந்த நிறைவை கொடுத்தது. அவ்வப்போது Clarity ல் சிறு தடுமாற்றம் வந்தாலும் உடனே சரிசெய்து கொண்டு Original Track க்குப் போய் விட முடிகிறது.

என் மனைவி தீவிரமான சாய் பாபா பக்தை. அவளுக்காக வருடம் ஒரு முறை SHRIDI அழைத்துச் செல்வதிலிருந்து அவர்கள் விரும்பும் கோவிலுக்கு மாதமோ வாரமோ அழைத்துச் செல்வது எனக்கு மிகுந்த மன நிறைவு தரும் வேலையாகும்.

இன்னொன்றையும் நான் சொல்லித் தான் ஆக வேண்டும். கடந்த பத்து வருடங்களாக திரு வேளுகுடி கிருஷ்ணன் அவர்களின் உபன்யாசங்களை முடிந்த வரையில் நேரில் சென்று கேட்டிருக்கிறேன். SRI விஷ்ணு புராணம், மகாபாரத்தில் முத்துக்கள் என நிறைய கேட்டிருக்கிறேன். தினமும். மணி நேரம், வாரத்தில். நாட்கள் என்று நேரில் போய் வேறு கேட்டிருக்கிறேன்.

அவரின் பல நூறு மணிநேரங்கள் ஓட கூடிய ஆடியோ களை வாங்கிக் குவித்திருக்கிறேன். இன்றும் எனது காரில் அவரது உரைகள் அடங்கிய தொகுப்புகளைக் கேட்கிறேன். இவர் மட்டுமல்ல திரு. A Joseph அவர்களின் கீதை உரைகள். திரு Sridhar ன் உபன்யாசம் என எல்லாம் எனக்குப் பிடிக்கிறது.

நான் ஏன் இப்படி இருக்கிறேன் என்றே பலமுறை யோசித்து பார்த்ததுண்டு. கடவுள் மேல் பெரிதாக நம்பிக்கை இல்லை. சடங்கு சம்பிரதாயங்களை அறவே வெறுக்கிறேன், ஆனால் உபன்யாசம் சொற்பொழிவுகளை. விரும்புகிறேன்.. பிறகு தான் கண்டு கொண்டேன். வேளுக்குடியை ரசிக்க காரணம் அவரின் ஆற்றொழுகு தமிழ் நடை. தீந்தமிழ் பாட்டுகள். ஆண்டாள் பாசுரங்கள். மேலும் சமஸ்கிருதத்தின் மேல் ஏற்பட்ட ஈர்ப்பு .(எனக்கு அந்த மொழி தெரியாத காரணத்தால் வந்த ஈர்ப்பு)

எது எப்படியோ எதிலும் வகைப் படுத்த முடியாத ஆளாக மாறியதுதான் மிச்சம். ஆனால் நிறைவாக ஒன்று. நான் அப்படி ஒன்றும் மோசமான வாழ்க்கை வாழ வில்லை என்பது சமீபத்தில் என்னை பற்றி என் மனைவி என்ன நினைக்கிறாள் என்பதனை யதேச்சையாக அறிய நேர்ந்தது.

அவள், அவள் அம்மாவிடம் பேசி கொண்டிருக்கையில்,

"எனக்கு வேற எதுவும் வேண்டாம்மா இந்த "அரவிந்த்" அவன் அப்பா மாதிரி இருந்தால் போதும்.

(அரவிந்த் என் மகன்)

அன்புடன் பாலா.

ஸ்ரீ அரவிந்த் | 73

19

மருத்துவ சுய புராணம் பாகம் ஒன்று

ஒரு சிலருக்கு உபயோகமாக இருக்கலாம், மற்றவர்கள் மற்றவர்கள் படிக்கும் முன்னே *Delete* செய்யவும். நான் கடந்த சில இரு மாதங்களாக *Rheumatic Arthritis* உடன் செவ்வனே குடும்பம் நடத்திக் கொண்டு இருப்பது அனைவருக்கும் தெரிந்ததே.

முதலில் சிறப்பு மருத்துவர் திரு சீராள பூபதியிடம் பார்த்து பின் ஏனோ திருப்தி அடையாமல் மதுரை பசுமலையில் உள்ள *AVN* ஆரோக்கிய ஆயுர்வேத மருத்துவமனையில் ஒரு மாதம் வாசம் செய்தேன். இந்த மருத்துவமனையைப் பற்றி சில வார்த்தைகள். நான் இதற்கு முன் அலோபதியைத் தவிர்த்து வேறு எந்த மாற்று மருத்துவ முறைக்கும் போனதில்லை. நிறைய நண்பர்கள் சொல்ல, வாதிக்க கேட்டு இருக்கிறேன். சித்தா பெஸ்ட்டு என்று ஒருவர். இல்லை மச்சான் ஆயுர்வேதத்தால் தீர்க்க வைக்க முடியாத வியாதியே இல்லை! என்று இன்னோருவர். ஆயிரம் சொல்லு ஹோமியோபதி தான் பெஸ்டு என்று பல முறை பல சந்தர்ப்பங்களில் என் நண்பர்கள்/ உறவினர்கள் சொல்ல கேட்டிருக்கிறேன். அதுமட்டுமல்லாமல் ரெய்கி, மலர் மருத்துவம், அக்கு பஞ்சர். அக்கு பிரஸர் என ஏகப் பட்ட பிரிவுகள். இவ்வளவு ஏன் என் மனைவி அக்கு பஞ்சர் இரண்டு வருடங்கள் படித்து சான்றிதழ் கூட வைத்துள்ளார். அவரை நான் கலாய்க்காத. சென்னை தமிழ்) நாளே கிடையாது. பொழுது போக வில்லை. சும்மா போய் அவங்க வாயை கிளறி விட்டு. ஓரண்டய இழுப்பது.

பஞ்சாயத்து ஆனால். அவங்க கேக்கும் *Press needle, button needle, acu pressure stand, acu pressure hand ball* வாங்கிக் கொடுப்பதோடு என்று வெள்ளை கொடி பிடிப்பது என்றே வாழ்ந்து வருகிறேன்.

வாழ்க்கையில் முதன் முதலாக ஒரு ஆயுர் வேத மருத்துவமனையில் தங்கி சிகிச்சை பெறும் பெரும் பாக்கியம் கிட்டி தன்யனானேன்.

கடந்த மாதம். ஆனால் ஏனோ அது எனக்கு உவப்பானதாக இல்லை. அதற்காக ஆயுர்வேத முறை சரியில்லை என்று சொல்ல வர வில்லை. ஏனோ எனக்கு செட் ஆக வில்லை. ஆனால் நிறைய மனிதர்களைச் சந்தித்தேன். எனக்கு மஜாஜ் செய்த இளைஞன். செண்பக பாண்டி முதல். செவிலியர்கள், தூய்மை பணியாளர்கள், மருந்தாளுனர்கள், உணவு நிபுணர்கள் இளைய மருத்துவர்கள் என்று ஒவ்வொருவரிடம் உக்கார்ந்து கதை பேசுவது அவர்களை பேச சொல்லி கேட்பது என பொழுது போனது. முக்கியமாக இப்போது தான் “அப்பல்லோ” மருத்துவமனை தரத்தில் ஒரு ஆயுர்வேத மருத்துவமனையைப் பார்க்கிறேன். கிட்டதட்ட நம் மதுரை அப்பல்லோவில் அலோபதிக்கு பதில் ஆயுர்வேத முறை *Follow* செய்தால் எப்படி இருக்கும் அப்படி இருக்கிறது மதுரை *AVN* ஆயுர்வேத மருத்துவமனை. ஒரு படுக்கை கிடைக்க கிட்டதட்ட நாற்பது நாட்கள் காத்திருக்க வேண்டுமாம். என் முப்பிறவி பயன் வெறும் 20 நாள் காத்திருப்பிலேயே எனக்குப் படுக்கை கிடைத்தது. அதிலும் “வில்லா” வகை அறைக்கு. மாதம் முன்பு பதிவு செய்ய வேண்டுமாம். சும்மா சொல்லக் கூடாது “வில்லா” வகை அறை என்பது ஒரு மினி கேரள “குமரகம்” மாதிரிதான் இருக்கிறது. (காசுக்கேத்த பணியாரம் ரூபாய் ஒன்றரை லட்சம் வாரத்திற்கு. நம் போன்ற ஏப்பை சாப்பைகளுக்கு *Deluxe* அறைகளும் இருக்கின்றன. சும்மா 60 ஆயிரம் தான் ஒரு வாரத்திற்க்கு.

சரி விஷயத்திற்கு வருகிறேன். நான் ஏன் அந்த மருத்துவ மனையிலிருந்து இருந்து 20 நாட்களில் எகிறி குதித்து தப்பித்தேன் என்பது தான் விஷயம்.

தினமும் (சில சமயம் இரண்டு நாட்களுக்கு ஒரு முறை) வெள்ளுடை வேந்தராக தலைமை மருத்துவர் வருவர். உடன் உப தேவதைகள் மாதிரி இளைய மருத்துவர்கள் சூழ நம்மை விசாரிப்பார். எனக்கு என்ன பிரச்சினை என்றால் சேர்ந்து முதல் நாளில் எப்படி இருந்தேனோ அப்படியே தான் ஒரு 10 நாட்கள் கடந்த பிறகும் இருந்தேன். அவரே ஒரு கட்டத்தில் ஆயாசம் அடைந்து என்ன நீ முதல் நாள் மாதிரி இப்போதும் சொல்லிக் கொண்டு இருக்கிறாய் என்றார்.

நான் பரிதாபமாக கொஞ்சம் முன்னேற்றம் தெரிந்தால் சொல்ல மாட்டேனா டாக்டர் என்று பம்மினேன்.

மேலும் இரண்டு நாட்கள் கழித்து மறுபடியும் அதே கதை. இப்போது 12 நாட்கள் கடந்திருந்தது. தலைமை மருத்துவர் பொறுமை இழக்க துவங்கியது லேசாக தெரிந்தது. அவரும் சகல தந்திரங்களையும்.

mean treatment ம் உபயோகித்துப் பார்க்கிறார். ஆனால் நானே இன்னும் படுக்கையில் எழுந்து கொள்ள இன்னொருவர் உதவினால் நலம் என்ற கட்டத்தில் தான் இருந்து கொண்டு இருந்தேன். இடையில் தலைமை மருத்துவர் வராத நாட்களில் இளைய மருத்துவர்கள் வந்து என்ன நேற்றை விட இன்று தேவல போலயே என்று எமோஷனலாக என்னைக் கரை தேற்ற பார்த்துக் கொண்டே இருக்கிறார்கள். என் மனதிற்க்குள் அடேய் லகுட பாண்டிகளா. நல்லா இருந்தா பரவாயில்லை ன்னை நானே சொல்றேன்டா எப்பா ன்னு நினைத்து கொள்வேன். ஆனால் அவர்களுக்கு பதில் ஒரு கேவலமான அசட்டு சிரிப்பை மட்டுமே தர முடிந்தது.

ஒரு வழியாக இருபது நாட்கள் கடந்து விட்டது. நானே இன்னும் ஆரம்பித்த. *mean admission* ஆன போது இருந்த *“A” stage* லே தவ்வி கொண்டு இருந்தேன். கடைசியாக நான் மருத்துவமனையில் வெளியேற முடிவு செய்த நாளும் வந்தது.

வழக்கம் போல் தலைமை மருத்துவர் வந்தார். இப்போது எப்படி என்றார். நான் முழித்தேன். திட்டுவாரோ என்று சற்று பயமாக கூட இருந்தது. எச்சிலை விழுங்கி கொண்டு அப்படியே தான் இருக்கு டாக்டர் என்று முனகினேன். ஏதோ தீவிரமாக யோசித்தவர்.பிறகு ஜூனியர் டாக்டரிடம் இவருக்கு கால் முட்டியில் ரத்தம் தேங்கி உள்ளது. அதனால் இரண்டு கால் முட்டியையும் லேசாக அறுத்து விட்டு அந்த உறைந்த ரத்தத்தை வெளியேற்றி விடுவோம் என்றார். நான் அனிச்சையாக கால்களை உள்ளே இழுத்து கொண்டேன்.. மனதுக்குள் டேய் பாலசந்திரா இந்த இடத்து உப்பு இவ்வளவு தான். என்ற குரல் கேட்டது. அந்த கணத்தில் நான் இந்த மருத்துவமனையில் வெளியேற வேண்டும் என்ற முடிவினை எடுத்தேன்) அவர்கள் சீரியஸ் ஆக அதற்க்கு ஏற்பாடு பண்ண ஆரம்பித்து விட்டார்கள். (இடை செருகல்: நமது பழங்கால ஆயுர் வேத முறையில் அட்டையை உடம்பில் கடிக்க வைத்து *clot* ஆனா *blood*. வெளியேற்றுவது என்பது ஆயுர் வேதத்தில் உள்ளது தான் என்பதைப் பற்றிப் படித்திருந்தாலும் எனக்கு அதில் உடன்பாடு இல்லை./ மற்றும் சற்று பயமாக கூட இருந்தது.)

ஒரே ஒரு செவிலியர் தான் இதில் நிபுணர். என் பூர்வ ஜென்ம புண்ணியம் அவர் அன்று விடுமுறை. எனவே அன்று போய் விட்டது. அடுத்த நாள் மருத்துவர் வந்து உங்களுக்கு கால் முட்டி வலி இவ்வளவு நாட்களாகியும் குணமாக வில்லை. எனவே நாங்கள் கால் முட்டியில் ஸ்டிராய்டு *Injection* செய்யப் போகிறோம் என்றார். நான்

மிகவும் பொறுமையாக “ஸார் இதனை செய்வதாக இருந்தால் நான் அல்லோபதி மருத்துமனையிலேயே செய்து கொண்டு இருப்பேன். இங்கு வந்திருக்க மாட்டேன்” என்றேன். அடுத்த நாள் Discharge. இப்படியாக எனது 25 நாள் ஆயுர்வேத மருத்துவமனை வாசமும் ரூபாய் ஒரு லட்சமும் முடிவுக்கு வந்தன,ம்.

பிற்சேர்க்கை. இதற்காக அது நல்ல மருத்துவமனை இல்லை மருத்துவர்கள் திறமையற்றவர்கள் என்று சொல்ல வரவில்லை. நான் பார்க்கவே கிட்ட தட்ட 90% மேலானவர்கள் அட்மிட் ஆகி குணமாகி போனார்கள்.எனவே மருத்துவமனை, மருத்துவமுறை, மருத்துவர்கள் எல்லாம் சரிதான். நமக்கு தான். *Moores law* ராசி என்று நினைத்து கொண்டேன்

ஆனால் நான் கவனித்து வியந்த ஏன் சற்றே துணுக்குற்ற விஷயம் ஒன்று உண்டு. அந்த மருத்துவமனையில் பள்ளி இறுதி படித்து முடித்து ஓரிரு வருடம் *Therapist* ஆக. *Therapist* என்றால் பள்ளி இறுதி முடித்து மஸாஜ் செய்யும் பதின்பருவ இளைஞர்கள்/ இளைஞிகள்.. டாக்டர் ஒரு போதும் தெரபி அறைக்குள் வருவது இல்லை. என்ன செய்ய வேண்டும் என்று சொல்வதோடு உதவி மருத்துவரிடம் சொல்வதோடு சரி. அது *Domino* மாதிரி கடைசியில் ஒரு அச்சடித்த *Sheet* ஆக *AJVIT KIZHI* என்று வருகிறது. அதில் *Time duration* கூட போட்டு இருக்கிறது. நான் இருந்த நாட்களில் கிட்ட தட்ட 30 க்கும் மேற்பட்ட முறையில் பல்வேறு விதமான மஸாஜ் *treatment* நடந்தது ஒரு நாள் கூட ஒரு மருத்துவர் கூட அந்த அறை பக்கம் வர வில்லை. எனக்கு மட்டும் இல்லை அங்கே ஸிஸ்டமே அப்படி தான் போலிருக்கிறது.

So மருத்துவரை விட *Therapist* என அழைக்கப்படும் இந்த பதின்பருவ சிறுவர்கள் கூட தான் நிறைய நேரம் கழிக்க வேண்டி இருந்தது. *So after Ice break kku* அப்புறம் *Automatic* ஆக அவர்கள் பேசத் தொடங்கி விடுகிறார்கள். அல்லது நான் தொடங்கி விடுவேன். இந்தப் பதின்பருவ இளைஞர்கள் அனைவரும் ஒரு சேர சொன்னது,” ஸார் நான் தனியே கிளினிக் போடும் முயற்சியில் இருக்கிறேன் என்பது தான். சிலர் ஏற்கனவே குறிபிட்ட சில இடங்களை சொல்லி அங்கே நான் தனியாக கிளினிக் போட்டு இருக்கிறேன் ஸார் என்று சொன்னது தான் எனக்கு ஆச்சர்யமாக இருந்தது. ஒரு *peripheral* சிறு நகரத்தில் *MBBS Dr* வெவ்வேறு பணி புரியும் நபர்கள் சில பல வருடங்களில் உள்ளடங்கிய கிராமங்களுக்குச் சென்று ஒரு சுப யோக சுப தினத்தில் தன்னை மருத்துவராக அறிவித்துக் கொண்டு போலி மருத்துவராகப்

பணியாற்றுவது நம் அனைவருக்கும் தெரிந்தது தான். ஆனால் இந்த மாடல் மெல்ல மெல்ல ஆயுர் வேதம் வரை வந்தது தான் ஆச்சர்யம். பத்தாவது வரை மட்டுமே படித்து ஓரிரு வருடங்கள் சில குறிப்பிட்ட ஆயுர்வேத முறைகளை சிலருக்கு செய்து ஆயுர்வேத மருத்துவத்தைப் பற்றிய எந்த அடிப்படை அறிவும் இல்லாமல் ஒரு குருட்டு தைரியத்தில் கிராமங்களில் Clinic ஆரம்பித்து நோயாளிகளை அலைக்கழிக்க போகும் அவர்களை நினைத்து கோபப்படுவதா. அல்லது அந்த நிலைக்குத் தள்ளப் பட்ட அவர்களைப் பற்றிப் பரிதாபப்படுவதா என்ற குழப்பம்.

ஆனால் Joint Director of Health GoTN உடன் நிறைய அலுவலக ரீதியில் பேசும் போது இடையில் சந்தர்ப்பம் வாய்க்கும் போது அல்லது ஏதாவது ஒரு தனிப்பட்ட உரையாடலில் இதைப் பற்றித் தெரிவிக்க வேண்டும். பார்ப்போம்.

20

மருத்துவ சுய புராணம் பாகம் இரண்டு

ஆயுர்வேத மருத்துவம் நம்மை “அல்லையில். குத்தி அனுப்பி விட்டதால் மறுபடியும் முடக்கு வாத நிபுணர் மருத்துவர் சீராள பூபதியிடமே தஞ்சமடைந்தேன்.

கடந்த வருடத்தில் புகழ் பெற்ற நியூயார்க் டைம் நாளிதழில் உலகம் முழுவதும் பத்து சதவீத இறப்பு *Dr's Negligence* னால் நடக்கிறது என்பதைp படித்த போது சரி வழக்கம் போல இது ஏதோ “இல்லுமினாட்டி” கதை என்று கடந்து போய் விட்டேன். ஆனால் அந்த செய்தி ஒருவேளை *YES* ரொம்ப அரிதாக ஒருவேளை உண்மையாக இருக்குமோ என்று எண்ண வைத்த நிகழ்வு ஒன்றை எதிர் கொண்டேன்.

வழக்கம் போலவும் *Super Speciality Dr* சில பல காத்திருப்புகளுக்குப் பின் தெய்வத்தை அதன் கர்ப்பகிரகத்தில் காண்பது போல பார்த்து ஐந்து நிமிடம் குறையைச் சொல்லி அழுது பின் அவர் எழுதி கொடுத்த *Prescription* ஐக் கவர்ந்து கொண்டு வெளியேறினேன்.

மருத்துவக் கல்லூரியில் சில காலம் ஏனோ தானோ என்று படித்து மருந்துகளை பற்றிய அரைகுறை அறிவு இருப்பதால் மருத்துவர் அறையில் இருந்து வெளியேறி முதல் வேலை என்ன மருந்துகளை நமக்கு *Prescribe* செய்துள்ளார் என்ற பழக்க தோஷத்தில் *prescription*. பார்த்தேன். அதில் *DMARD Methotrexate 10 mg* பதில் *15 mg* எழுதியிருந்தார். அதுமட்டுமல்லாமல் வாரம் ஒரு முறை என்பதை மாற்றி தினமும் என்று எழுதி இருந்தார்.

(இங்கே அவர் *Prescription* எழுதும் முறையைப் பற்றியும் குறிப்பிட வேண்டும். நோயாளிகளின் கட்டுக்கடங்காத கூட்டத்தினாலும், எல்லாவற்றையும் கனிணி மயப்படுத்துவதில் உள்ள சவுகயர்த்தாலும் அவர் முன்னே உள்ள. பேட்ல் சில பல எண்களைத் தொடுவார்

அவ்வளவு தான் நம் கையில் அழகான *Prescription Print out*. கையில் கொடுப்பார். நன்றி கூறி நாம் நகர வேண்டியது தான்)

முன்பே சொன்ன மாதிரி சில பல விட்டமின் ஆண்டிபயாடிக் மாத்திரைகள் அதில் குறிப்பாக *Methotrexate 10 mg* ல் இருந்து *15 mg* மும் வாரம் ஒரு முறை என்பதிலிருந்து தினமும் என்று மாற்றி இருந்தார். நான் முதலில் சரி நமக்குப் பிரச்சினை *Severe*ஆ இருக்கு போல அதனால் தான் *Dosages and duration increase* செய்திருக்கிறார் என்று நினைத்துக் கொண்டேன். ஆனால் எனக்கு எங்கே சந்தேகம் வந்தது என்றால் அந்த *Prescription Software* லேயே *Note* என்ற காலமும் இருக்கிறது. அதில் மருந்துகள் உணவுக்கு முன்பாகப் பின்பா என்று குறிப்பிடப்பட்டுள்ளது .

Methotrexate எதிரே ஒவ்வொரு சனிக்கிழமையும் காலை சாப்பிட்டிற்கு பிறகு என்று குறிப்பிட்டிருந்தது. எனக்கு குழப்பமாகி விட்டது. எனவே உப தேவதைகளிடம் கெஞ்சி மருத்துவர் அறைக்குள் நுழைந்து இந்த சந்தேகத்தைக் கேட்டேன். உடனே அவர் வெகு இயல்பாக. இந்த *methotrexate* வாரம் ஒரு முறை தான். உனக்குத் தவறுதலாக தினமும் என்று எழுதிவிட்டேன் என்று பேனாவால் *Print out Prescription*ல் அடித்து எழுதிக் கொடுத்து விட்டு *Next* என்றார்.

எனக்கு ஏனோ நியூயார்க் டைம் செய்தி நினைவுக்கு வந்தது. சரி நாம் போய் அந்த 10% போய் சேர வேண்டாம் என்று முடிவு செய்து அந்தத் திசைக்கு ஒரு கும்பிடு போட்டு விட்டு விலகினேன்

21

இதை சுய தம்பட்டம். தற்பெருமை. நார்ஸிஸ பதிவு என்று எப்படி வேண்டுமானாலும் நீங்கள் வகைப் படுத்திக் கொள்ளுங்கள்.

இது நடந்தது போன வார சனி கிழமை. மதுரை வேளாண் கல்லூரி மற்றும் ஆராய்ச்சி நிலைய கூட்ட அரங்கில்.

நான் கல்லூரியில் எப்படிப்பட்ட மாணவனாக இருந்தேன் என்பது உங்களே தெரியும். அப்படிப்பட்ட என்னால் கிட்ட தட்ட 100 வேளாண் பட்டதாரிகள். முது நிலை பட்டம் மற்றும் முனைவர் பட்டமும் அடங்கும்) முன்பு எந்த விதமான தயக்கமும் இன்றி அவர்களை எதிர் கொண்டு அவர்களுக்கு சுவாரஸ்யமாக இருக்கும் படியாக ஆங்கிலத்தில் என்னால் உரையாற்ற முடிகிறது என்பது எனக்கே சற்று சந்தோஷம் தான். (எனக்குக் கொடுக்கப்பட்ட நிமிடங்கள் 15. ஆனால் ஆடியன்ஸ் வேண்டுகோளுக்கு இணங்க கிட்ட தட்ட ஒரு மணி நேரம் பேசினேன்.. என்னுடைய பாணி என்பது, எடுத்த முதல் வாக்கியத்திலேயே டாபிக்குக்குப் போவது. அவர்கள் முற்றிலும் எதிர்பாராத நிலையிருந்து ஆரம்பிப்பது. இந்த மரியாதை பேச்சுகள். அவர்களே இவர்களே என்று ஒருபோதும் ஜல்லியடித்ததில்லை.

பிறகு அவர்களை அந்த 45 நிமிடமோ அல்லது ஒரு மணி நேரமோ எங்கேஜிங்காக லைவ் வாக வைத்துக் கொள்வது. அதற்கு நிறைய உத்திகளைக் கையாளுவேன். முக்கியமாக அந்தப் பேச்சு மோனோலாக் ஆக இல்லாமல் டயலாக் ஆக மாற்றி விடுவேன். நிறைய பயமுறுத்தாத புள்ளி விவரங்களை அங்கங்கே தெளித்து செல்வேன்.

குறிப்பாக, இரண்டு மூன்று பேர்களை முன்னமே அல்லது கூட்டத்தின் போதோ கேட்டுத் தெரிந்து கொண்டு அவர்களை ஒரு கதாபாத்திரமாக என்னுடைய உரையில் உலவ விடுவேன். இப்படி நிறைய தந்திரங்களை கையாளுவேன். குறிப்பாக, படிக்காமல் ஒரு

போதும் மேடையேறிதில்லை. அந்த டாபிக்கைப் பற்றி ஒரு நூறு முறை பேசி இருப்பேன். ஆனாலும் ஒவ்வொரு முறையும் என்னை update செய்து கொள்வேன். ஒவ்வொரு முறையும் என்னுடைய பேச்சு புதிதாக இருக்கும்படி பார்த்துக் கொள்வேன்.

நான் எப்படியும் மாதம் மூன்று அல்லது நான்கு முறை வங்கி மேனேஜர்கள் மற்றும் அதிகாரிகள் கூட்டத்தில் பேச வேண்டிய கட்டாயம் எனது பணியில்.

ஆனால் என்ன பிரச்சினை என்றால் வங்கியில் அறிக்கைகள். வழிகாட்டிகள் எல்லாம் மூன்று மாதம் அல்லது ஆறு மாதத்திற்கு ஒரு முறை தான் update ஆகும். சமயத்தில் update ஆகும் அல்லது ஆகாது. ஆனால் Core தீம் ஒன்றுதான். எனவே என்னைப் போன்றோர் பேசும் போது அரைத்த மாவையே அரைக்க வேண்டிய கட்டாயம். ஆனால் ஆடியன்ஸோ வங்கி அதிகாரிகள்/ மேனேஜர்கள். நம்மை போலவே ஷார்ப் ஆக இருப்பவர்கள். எனவே நான் முடிவு செய்தேன். எந்தக் கூட்டத்திலும் ஒரு முறை பேசியதை மறுமுறை பேசுவதில்லை என்று.

எல்லா. Magazine க்கும் பணம் கட்டிடேன். எல்லா நூலகங்களிலும் விர்ஷூவல் மெம்பர் ஆனேன். அது மட்டுமின்றி என்னை நானே அப்டேட் ஆக வைத்துக் கொள்ள வேண்டிய கட்டாயம் எனக்கு இருந்தது. (காரணம், உங்களுக்கு என்னுடைய Study Circle குரூப்பைப் பற்றியும் அதில் உள்ள மாணவர்களை பற்றியும் தெரியும்.)

இன்றும் மாதந்திர வங்கி அதிகாரிகள் கூட்டத்தில் நான் பேச மைக் ஆன் செய்தவுடன் எதிர் தரப்பில் சலசலப்புகள் அடங்குவது எனக்கு சந்தோஷம் தான்

(இதனாலேயே மேடையில் என்னுடன் அமர்ந்திருக்கும் பலருக்கு என்னை பிடிக்காது). என் காது படவே ஐய்யோ இவரா?. இவர் நிறைய பேசுவாரே என்று ஜாலியாக சொல்வது போல் வயிற்றெரிச்சல் படுவார்கள். அந்த மாதிரி சமயங்களில் அவர்களுக்கு கருணையே இல்லாமல் பதிலடி கொடுப்பேன்.

நீங்களும் நிறைய பேசுங்க ஸார். சொல்லிக் கொடுங்க ஸார். அதுக்கு தான் நமக்கு சம்பளம் அரசு தருகிறது. அவர்களை கண்காணிக் கின்ற, வழி நடத்துகிற பொறுப்பு நமக்கு வழங்க பட்டிருக்கிறது. அவர்களுக்குத் தெரிந்தையே திருப்பி சொன்னால் நம் உள்ள மரியாதை போய் விடும் என்று செவுள் லே அப்பி விடுவேன்.. I mean வார்த்தையில்)

ஆனால் இது எல்லாம் எப்படியோ, எங்கோ சென்னைக்கோ அல்லது மும்பைக்கோ அல்லது டெல்லிக்கோ செல்கிறது என்பதனை எப்படி உணர்ந்தேன் என்றால், தமிழகத்தில் மிக சிறப்பாக பணி புரியும் உதவி பொது மேலாளர் என்ற விருது எனக்கு வழங்கப் பட்ட போது, அந்த விருதின் வழங்கலின் போது பாஸ் சொன்னார் .

இவரை நான் மட்டும் தேர்ந்தெடுக்கவில்லை: ஒரு ஃபுல் பெஞ்ச் கமிட்டி தான் தேர்ந்தெடுத்தது என்று.

அதன் விளைவாக தான் இஸ்ரேல்க்கு மேல் படிப்புக்கு. சும்மா ஒரு மாதம்) இந்திய அரசால் அனுப்பட்டேன். சும்மா சொல்ல கூடாது எனக்கு ஒரு ஒன்றரை லட்சம் கிடைத்தது.

வீட்டில் இருந்து ஏர்போர்ட்டுக்கு டாக்சியில் கிளம்புவதிலிருந்து. விமானக் கட்டணம், ஐந்து நட்சத்திர விடுதி தங்கல், பரிட்சை கான பணம், வாகன வசதி எல்லாம் கொடுத்து வழிச் செலவுக்கு இரண்டாயிரம் அமெரிக்க டாலர்கள் கொடுத்தார்கள். எல்லாம் ரெவின்யூ ஸ்டாம்பில் கையெழுத்திட்டு வாங்கினேன்.

அதில் கிட்டதட்ட 500 டாலர் மட்டுமே செலவு செய்தேன் என்று நினைக்கிறேன். மீதியை சென்னை வந்து Forex இல் மாற்றி நம்ம பணமாக மாற்றி கொண்டு வீடு வந்து சேர்ந்தேன்

சரி கதை எங்கோ ஆரம்பித்து எங்கோ செல்கிறது. என்னை போன்ற ஒரு உருப்படாத தறுதலையே இவ்வளவு தூரம் வரமுடியுமென்றால், நீங்கள் இயல்பிலேயே கெட்டிக்காரர்கள்.நீங்கள் நினைத்தால் இன்னும் பல தூரம் போக முடியும்

பின்குறிப்பு. இந்த 52 வயதில் நான் இன்னும் டொக்காகி விட வில்லை.

mean photo களில்...

★★★★★★

22

விருமாண்டி ரிலீஸ் ஆன போது சத்யம் தியேட்டரில் பார்த்தேன்.

அப்போது படம் எனக்கு சத்தியமாகப் புரியவில்லை. ஏன் ஒரு ஸீன் இருமுறை வருகிறது என்ற குழப்பம் எனக்குப் படம் முழுக்க இருந்தது. ஆனால் காலம் மிக பெரிய ஆசான். இந்த 17 வருடங்களில் நிறைய உலக சினிமாக்களைப் பார்த்து. டொராண்டினோ, ரோமன் போலன்ஸ்கி, டிம் குக், கிறிஸ்டோபர் நோலன் போன்றவர்களின் படங்களைப் பார்த்த பின் மீண்டும் ஒரு முறை விருமாண்டியை OTT ல் நம்ம CNP பரிட்சைக்குப் படிக்கிற மாதிரி நிறுத்தி நிதானமாகப் பார்த்தேன், சில காலம் முன்பு. பிரமிப்பு இன்னும் போக வில்லை.

அதுவும் ஒரு காட்சியில், பசுபதி வீட்டில் பேசிக் கொண்டிருக்கும் போது கமல் ஒரு மண் வெட்டியை எடுத்து OAK சுந்தர் நெற்றியிலோ அல்லது தலையிலோ கிழித்து விடுவார். அந்த நேரம் பார்த்து பேய் காமன் வருவார். அப்போது. A. சுந்தர் ஒரு தலைப்பாகையை கட்டி கொண்டு அமர்ந்து இருப்பார். ஒரு வர்சனில் அந்த காயம் தெரியாது. அதே ஸீனை கமல் *point of view* சொல்லும் போது Complete. கேமரா ஆங்கிள் மாறி இருக்கும். OAK சுந்தர் தலைப்பாகையிலிருந்து ரத்தம் வடியும். நிகழ்வு ஒன்று தான். ஆனால் பசுபதி பாயிண்ட் ஆஃப் வியூவில் வேற மாதிரி இருக்கும். ரத்தம் தெரியாது. ஆனால் கமல் POV. ரத்தம் OAK சுந்தர் நெற்றிப் பொட்டிலிருந்து தலைப்பாகையை மீறிக் கொண்டு ஒழுகும். பிரமிப்பாக இருந்தது.

இப்படி படம் முழுவதும் சும்மா மிரட்டி இருப்பார். ஆனால் என்னைப் போல, நம்மைப் போல தற்குறிகள் தளும்பி நின்ற 2004ல் இந்தப் படத்தை எடுத்தது அவர் செய்த மிக பெரிய தவறு. அல்லது நம்மை ரொம்ப ஓவராக எடை போட்டு விட்டார்.

கொண்டாட மறந்த இன்னொரு காவியம் உத்தம வில்லன் இப்போது பார்க்கையில் படம் கிளாசிக் பியூட்டியாகத் தெரிகிறது. ஆனால் நாம் அந்தப் படத்தையும் குழி தோண்டி புதைத்து விட்டு கத்தியையும் வேலை இல்லா பட்டதாரியையும் தூக்கி உச்சி முகர்ந்து கொண்டு இருந்தோம்.

அதற்காக கத்தியும் வேலை இல்லா பட்டதாரியும் நல்ல படங்கள் இல்லை என்று சொல்ல வர வில்லை. அதெல்லாம் ஒரு பக்கா கமர்ஷியல் என்டர்டெயின்மெண்ட் சினிமாக்கள்.

எனது மனக்குறை கத்தியைக் கொண்டாடியதில் ஒரு கால்வாசி உத்தம வில்லனைக் கொண்டாடி இருந்தால் இன்னும் சில க்ளாசிக் படங்கள் கமலிடமிருந்து நமக்குக் கிடைத்திருக்கக் கூடும். ஆனால் விதி வலியது. எனவே நமக்கு கிடைத்தது புலி, தெறி, பைரவா போன்ற படங்கள்தான்

எனக்கு இன்னொரு மனக்குறையும் இருக்கிறது.

கமலை நாம் நடிப்பில் மிக சிறந்த ஆளுமையாக கொண்டாடுகிற மாதிரி அவரின் திரைக்கதை. வசனம் மற்றும் Direction ஸ்கில்லை கொண்டாட வில்லையோ என்று தோன்றுகிறது. உதாரணமாக மேலே உள்ள விடியோவில் வருகின்ற வசனம் ஒரு சாம்பிள்.

அதே போல் அவர் இயக்கிய ஹே ராம் படத்தில் ஒரு காட்சியில் வசுந்தரா. அதுல் குல்கர்னி எல்லாம் ஒரு காரில் போய்க் கொண்டு இருப்பார்கள்.

அப்போது அகிம்சை அடுத்த உயிர்களை கொல்லாமை பற்றி பேச்சு வரும். அப்போது வசுந்தரா சொல்வார்.

ஒரு ஓநாய் பசிக்குதுன்னு ஒரே சின்ன குழந்தையைப் பிடித்து கொண்டு போய் சாப்பிட்டு விட்டால் நீங்கள் அந்த ஓநாயை என்ன செய்வீர்கள் அல்லது அந்த ஓநாய் செய்த செயல் நியாயமா? என்று கேட்பார்.

அதற்கு அதுல் காரின் முன்னிருக்கையிலிருந்து திரும்பி வசுந்தராவைத் துளைக்கும் பார்வையுடன் சொல்வார். அது நீங்கள் ஒரு ஓநாயாக இருந்து பாருங்கள் அப்போது தெரியும்

ஒரு ஒரு வசனம் அந்த அதுல் குல்கர்னி முழு கேரக்டரையும் Establish பண்ணியிருக்கும். வசனம் யாரு நம்ம ஆழ்வார்பேட்டை ஆண்டவன் தான்.

அதே போல் படம் ஆரம்பிக்கும் முதல் காட்சியிலே, அதாவது கமலைப் பற்றி அவர் பேரன் அறிமுகப் படுத்தும் காட்சியில் தாத்தா எப்போதும் *First Person Singular.* தான் கதையே சொல்வார். அதாவது ஒரு ஊர்ல ஒரு ராஜா இருந்தார் ன்னு சொல்ல மாட்டார். நான் இருந்த ஊர்ல ஒரு ராஜா ன்னு தான் கதையே ஆரம்பிப்பார். இந்த ஒரு வரி வசனம் போதுமம் கமல் எவ்வளவு கான்பிடன்ட் ஆன ஆளாக படம் முழுக்க வரப் போகிறார் என்று.

இன்னொரு காட்சியில் கோவத்துல கொலை செய்யும் போது வர தைரியம், தற்கொலை செய்து கொள்ள வரமாட்டேங்குது.

ஒருவனின் கழிவிரக்கத்தை இதை விட எளிமைப் படுத்தி எழுத முடியாது

இந்த மாதிரி நிறைய சொல்லிக் கொண்டே போகலாம்..

23

அடுத்த தலைப்பு "பசுமை விகடன்" விவசாயிகள் கவனத்திற்கு

பசுமை விகடன் கடந்த. அல்லது ஆறு வருடங்களில் வேளான் துறைக்கு செய்த நன்மைகளை விட தீமைகளே அதிகம்.

இந்தத் துறையில் கடந்த. வருடமாக தொடர்ந்து பயணித்து கொண்டு இருக்கும் அனுபவத்தில் சொல்கிறேன்.

முக்கியமாக. பசுமை விகடன் செய்யும் செய்கிற தவறாக நான் கருதுவது *Romanticisation of Agriculture* இது மிக பெரிய டாபிக் இதை பற்றி இன்னொரு நாள் நாம் விரிவாக விவாதிப்போம்.

(அதற்காக பசுமை விகடனில் நான். பேட்டி" கொடுக்காமல் இல்லை) ஏனென்றால் அதன் புகழ், வீச்சு நாம் சற்றிலும் எதிர்பாராது.)

ஆனால் பசுமை விகடன் இதனை தொடர்ந்து செய்து வருகிறது. அவர்களை நான் குற்றம் சொல்ல வில்லை .

எனது வேண்டுகோள் எல்லாம் விவசாயத்தை அது சார்ந்த தொழில்களைப் பற்றி கள யதார்த்தை எழுதுங்கள். தயவு செய்து அதை ரொமாண்டிஸைஸ் பண்ணாதீர்கள் என்பது தான். நிறை!! கட்டுரைகளைப் பார்க்கையில் மனதிற்க்குள் சிரிப்பாக ஏன் சற்று எரிச்சலாகக் கூட இருக்கும். ஆடு வளர்ப்பால் கோடீஸ்வரர் ஆன அருப்பு கோட்டை விவசாயி

இயற்கை விவசாயத்தில் குதித்த பெங்களூர் மென்பொருள் வல்லுனர் மாதம் பத்து லட்சம் வருமானம். தன்னிறைவு வாழ்க்கை

காங்கேயத்தில் நாட்டு மாட்டுப் பண்ணை அமைத்து கோடிகளில் அள்ளும் அமெரிக்கத் தம்பதியினர்

ஒரு ஏக்கரில் ஒருங்கிணைந்த பண்ணையம். *Integrated Farming sys tems*. அமைத்து அசத்தும் முன்னாள் வங்கி அதிகாரி.

உம்பளசேரி மாடு வளர்ப்பால் நிகழ்ந்த அதிசயக்கதக்க மாற்றம்

இதற்கிடையில் பாண்டிச்சேரி ஆரோவில்லில் ஒரு வெள்ளைக்காரர் மழலைத் தமிழில் நம்நாட்டுக் காய்கறிகளின் விவசாய முறைகள் மற்றும் அவைகளின் மருத்துவ குணம் அவர் நடத்தும் உணவு விடுதி ஆகியவற்றைப் பற்றி பேசும் YOU TUBE காணொளிகள்.(அவற்றை விகடன் தோளில் தூக்கி சுமந்த விதம்)

இது போன்று வழி நெடுக்கும் பசுமை விகடன் விதைத்த விதைகள். சமீபகாலமாகத் தான் அறுவடையாக தொடங்கியுள்ளது.

(கீழே இணைத்துள்ள காணொளி ஒரு Sample தான்.

https://drive.google.com/file/d/1CxvqS7OTA3EIewyQt1XrPzlEgKgVAB/view?usp=share_link

UG யாக பசுமை விகடனைப் படித்து பின் PG யாக You Tube சேனல்களில் விவசாய வீடியோகளைப் பார்த்து சில்லறையைச் சிதற விட்டு இந்த Romanticise செய்ய பட்ட விவசாயத்தில் குதித்த பலரும் சில பல லட்சங்களை இழந்து திரும்பவும் பழைய படி தங்கள் துறைக்கே திரும்பும் மென்பொருள் வல்லுநர்கள், வங்கியாளர்கள், அயல்நாட்டுப் பணிபுரிந்த பல்துறை வித்தகர்களின் எண்ணிக்கை நாளுக்கு நாள் அதிகரித்து வருவது சற்றே கவலை கொள்ள வேண்டிய விஷயம்.

"சரி நீ தான் இந்த துறையில் இருக்கிறாயே இதற்கு என்ன தான் தீர்வு?" என்று கேட்கிறீர்களா.

முதலில் "நாங்கள் சேற்றில் கால் வைத்தால் தான் நீங்கள் சோற்றில் கை வைக்க முடியும்" என்று டயலாக் பேசும் கடைக்குட்டி சிங்கம் சினிமா பார்த்து விட்டு புல்லட்டில் விவசாயி என்ற எழுதி கொண்டு சுற்றும் நபர்களைப் பார்த்தால் அவர்களுக்கு எதிர் திசையில் ஓட ஆரம்பியுங்கள். அது தான் முதல் காரியம்.

சரி சரி Jokes Apart.

இதில் நிறைய விஷயங்களை நாம் கவனத்தில் கொள்ள வேண்டும். குறிப்பாக, விவசாயத்தைப் புனிதப் படுத்தாமல் அதனை ஒரு லாபம் கொடுக்கும் தொழிலாக மாற்ற சிறு மாற்றங்களாக நிறைய செய்ய வேண்டும். குறிப்பாக, தமிழக நில அளவு முறைகள், (Issues of Fragmented Land and it's Effective uses). விவசாயம் செய்யும் இடங்களுகேற்ப சாத்தியப்படும் தொழில் நுட்ப இணைவு. அறுவடைக்குப் பிந்திய

மேலாண்மை. *PostHarvest Management*). அரசு துறைகளின் உதவிகளை மிக சாதுர்யமாக இணைப்பது என நிறைய இருக்கிறது.

நானும், களத்தில் நின்று போராடும் இன்னொரு தோழியும் இதனைப் பற்றி மணிக்கணக்கில், மாதக்கணக்கில் பேசிக் கொண்டு உள்ளோம்.

இந்த டாபிக் பற்றி இதில் உள்ள சிக்கல்களை பற்றி, அதற்கு உள்ள நடைமுறைத் தீர்வுகளைப் பற்றி,. *Realistic Implantable Action plan*. அதைச் செயல்படுத்துவதில் உள்ள சிக்கல்களைப் பற்றி இருவரும் இணைந்து ஒரு புத்தகம் எழுதலாம் என்று முடிவு செய்து கிட்டதட்ட ஒரு வருடம் ஆகிறது. அவ்வளவு ஏன்... தலைப்பைக் கூட தீர்மானித்து விட்டோம்.

“தமிழர் வேளாண்மை”

யார் கண்டா? அடுத்த புத்தக திருவிழாவில் இத்துறையில் இயங்கும் ஒரு ஆளுமை மற்றும் அடுத்த வருட சாகித்திய அகாடமி விருதுக்கு தேர்வுச் செய்யப்பட சாத்திய கூறுள்ள உள்ள ஒரு பெண் எழுத்தாளர் மற்றும் தாரிணியப்பா இணைந்து எழுதியுள்ள தமிழர் வேளாண்மை என்ற புத்தகத்தைப் பார்த்தால் “டேய் நம்ப சின்ன உல்பா” டா என்று மனதிற்குள் சிரித்தவாறு கடந்து செல்லுங்கள்

24

கிளம்பியாச்சு கொச்சின விட்டு

இரண்டு நாள் நன்றாக போனது.

1. எனக்கு மகர ராசி. உத்திராடம் நட்சத்திரமாம்.

என் மனைவி அனுப்பி இருந்த You Tube ஜோசிய சேனலில் ‘மரணத்திலிருந்து மீண்டு வரும் மகரம் மறுபடியும் மகுடம் சூடும்’ என்ற முகப்புப் பக்கத்தைச் சிரித்தவாறு கடந்து விட்டேன்.

மகர ராசிக்கு குருவாயூர் போய் தரிசனம் செய்தால் இன்னும் டாப்பாக இருக்கும் என்று எந்த ஜோசியரோ கொளுத்திப் போட... என் மனைவி கடந்த இரு மாதமாக திட்டமிடுகிறாள். ஆனால் ஏதோ ஏதோ காரணங்களால் தள்ளி குருவாயூர் போவது தள்ளிப் போகிறது.

போன வாரம் வெள்ளிக் கிழமை அடுத்த வாரம் இரண்டு நாள் கொச்சினுக்குப் போக வேண்டும் பயிற்சிக்காக என்றவுடன் முடிவே செய்து விட்டாள்.

கொச்சியிலிருந்து குருவாயூர் இரண்டு மணி நேரம்தான். நீங்கள் மட்டுமாவது போய் வந்தே ஆக வேண்டும் என்று சொல்லி விட்டாள்.

பொண்டாட்டி கா ஹுக்கும் ஆச்சே. என்ன செய்வது என்று யோசித்து கொண்டே வியாழனன்று வகுப்பில் உட்கார்ந்து இருந்தேன். அதிசயமாக வகுப்பு. மணிக்கே முடிந்து விட்டது. சரி ஒரு எட்டு அவள் ஆசைக்காவது போய் குருவாயூரை வேடிக்கை பார்த்து வரலாமா என்று யோசித்துக் கொண்டு அறைக்கு வந்த போது, நண்பர்கள் இங்கே அருகில் மட்டன்சேரியில் யூதர்களின் ஒரு குடியிருப்பு மற்றும் ஒரு சிறு ஆலயம் இருக்கிறது .போகலாமா என்றார்கள். உடனே குருவாயூரப்பனை டீல். விட்டு அவர்களுடன் சேர்ந்து கொண்டேன்..

குருவாயூரப்பன் கடவுள் அல்லவா குடும்பத்துடன் போய் மன்னிப்பு கேட்டுக் கொண்டால் மறுக்க மாட்டார் என்று நம்புகிறேன்)

2. ஏற்கனவே யூதர்களைப் பற்றி திரு மருதன் எழுதிய யூதர்கள் பற்றிய ஒரு புத்தகத்தை பத்தாண்டுகளுக்கு முன்னே படித்துள்ளேன். அது தான் ஆரம்பம். அதற்கப்புறம் தொடர்ச்சியாக அவர்களைப் பற்றிப் படிப்பது. நிறைய ஆவணப் படங்களைப் பார்ப்பது என்று கழித்திருக்கிறேன்.

நான் அவர்களை தொடர்ந்து கவனிக்க வைத்தது அவர்களின் வாழ்வியல் முறை.

பின்னர் படிக்க படிக்க தான் அந்த இனத்தைப் பற்றி அவர்களின் புத்திசாலி தனம் பற்றி, நாங்கள் கடவுளுக்கு மிக நெருக்கமானவர் என்ற இறுமாப்பைப் பற்றி, ஹிட்லர் ஏன் இந்த இனத்தை மட்டும் இப்படி தேடித் தேடிக் கொல்ல வேண்டும் என்பது பற்றி எல்லாம் தெரிய வந்தது. குறிப்பாக, அவர்களின் கம்யூன் வாழ்க்கை பற்றி. கீபூத் என்கிறார்கள் அவர்கள் வாழும் கம்யூனை). இந்த 2023 ஆம் கம்யூன் வாழ்க்கை வாழுகிறார்கள்.

3.அவர்களின் ஒரு கீபூத் க்கு செல்லும் சந்தர்ப்பம் நான் இஸ்ரேல் சென்றிருந்த போது வாய்த்தது. கூட்டு வாழ்கை முறை. என்றவுடன் ஏதோ பஞ்ச பரதேசிகள் என்று நினைத்து விடாதீர்கள். ஒவ்வொருவரும் சில பல கோடிகளுக்கு அதிபதிகள். அது மட்டுமில்லாமல் படிப்பில். *Most of them PG. or PhD* வெவ்வேறு துறைகளில்), வியாபாரத்தில் கில்லிகள், நினைத்தால் ECR பக்கம் நம் இளைய தளபதி வீட்டின் அருகே ஒரு சொகுசு பங்களா வாங்கி குடியேறும் அளவுக்கு வசதி உள்ளவர்கள்,ஆனாலும் கம்யூன் வாழ்க்கை.

அதாவது, ஒரு குடும்பத்திற்கு ஒரு இரண்டு படுக்கையறை கொண்ட வீடு (நால்வர் இருக்கும் பட்சத்தில்). இல்லையென்றால் ஒரு படுக்கை அறை தான். உணவு பொதுவாக சமைக்கப் படுகிறது. அட ஆமாங்க 700 800 பேர்களுக்கு தினமும் மூன்று வேளையும் சமைக்கப் படுகிறது. பொதுவாக உள்ள உணவருந்தும் கூடத்தில் உணவருந்துகிறார்கள். ஆனால் அந்த உணவருந்தும் கூடம் கிட்ட தட்ட நட்சத்திர விடுதிக் கூடம் போல் உள்ளது. நானும் அவர்களுடன் அமர்ந்து ஒரு வேளை உணவருந்தினேன். துளி சத்தம் இல்லை. எனக்குப் பிரமிப்பாக இருந்தது. அவர்கள் சாப்பிடுவதைப் பார்த்து கொண்டு இருந்தேன். அழைத்துச் சென்று இருந்த யூத நண்பர் என்

கைளைப் பிடித்துக் கொண்டு காதருகில் சொன்னார். நாங்கள் அதாவது யூதர்கள் சாப்பிடும் போது யாரும் பார்ப்பதை அனுமதிக்க மாட்டோம் என்றார். சடாரென்று தலையைக் குனிந்து கொண்டேன்.

4.தண்ணீர், மின்சாரம், ஆலய வழிபாடு, வீடுகளின் பராமரிப்பு,

உணவருந்தும் கூட நிர்வாகம் பராமரிப்பு முதல் தினமும் வாங்கும் வாங்கும் செய்திதாள் மற்றும் பால் உற்பட ஒரு 7பேர் கொண்ட கமிட்டி நிர்வகிக்கிறது. அதற்கு தேர்தல் உண்டு. ஓட்டு உண்டு. அது ஒரு குட்டி அரசாங்கம். கடைசியில் நண்பரிடம் கை குலுக்கி விடைபெறும் முன் என் மனதில் இருந்த அந்தக் கேள்வியை கேட்டு விட்டேன். சரி துணிகள் துவைப்பது எப்படி என்று. சரி வாங்க என்று ஒரு பெரிய கட்டடத்திற்கு அழைத்துப் போனார். அங்கே சுமார் இருபது பேர் பரபரப்பாக வேலை செய்து கொண்டு இருந்தார்கள். மிக பெரிய ராட்ஷச துணி துவைக்கும் இயந்திரம் சுழன்று கொண்டு இருந்தது. அதாவது, உங்களின் அழுக்கு உடைகளை ஒரு கூடையில் (அதுவும் கீபூத் அளிக்கிறது) கொண்டு வந்து அந்தக் கட்டட வாசலில் வரிசைபடி வைக்க வேண்டியது தான் உங்க வேலை. பிறகு ஒவ்வொரு குடும்பத்திற்க்கும் ஒரு பிரத்யேக குறி இடபட்டு பின் நன்றாக துவைக்கபட்டு அயர்ன் செய்து வாசலில் உள்ள கேபின் உள்ளே வைத்து விடுகிறார்கள். இந்த மாதிரி இந்த இருபதாம் நூற்றாண்டில் நாம் எதையெல்லாம் சாத்தியபடாது என்று நினைக்கிறோமா அதையெல்லாம் விடா பிடியாக கடைபிடிக்கிறார்கள்.

சரி, நாம் ஹிட்லருக்கு வருவோம். அவர் செய்தது வெறும் கொலைகள் மட்டுமானால் அது தனிப்பட்ட பகைமையுடன் கூடிய இரத்த வெறி என்று கடந்து போய் விடலாம்.

ஆனால் யூத இனமே இந்த மண்ணில் இருக்கக் கூடாது. அவர்கள் அழித்தொழிக்கப்பட வேண்டியவர்கள் என்ற ஹிட்லரின் முடிவிற்கு பின் உள்ள உளவியல் சிக்கல்களைப் புரிந்து கொள்ள முடிந்தது.

25

பாகம் இரண்டு

8. சில ஆண்டுகளுக்கு முன்பு அலுவலக வேலையாக இஸ்ரேல் சென்றிருந்த போது அப்படியே ஒரு விடுமுறை நாளில் ஜெருசலத்திற்கு நேரில் சென்ற போது இன்னும் கொஞ்சம் புரிதல் வந்தது. வெறும் 35 ஏக்கரில் உள்ள ஒரு இடத்திற்கு ஏன் இஸ்ரேல், பாலஸ்தீன், ஜோர்டன் இன்னும் சில பல நாடுகள் சொந்தம் கொண்டாடி தன்னுயிரை ஈந்தாவது அந்த ஸ்தலம் தமக்கு வேண்டும் என்று அடம்பிடிக்கின்றன என்பது இலேசாகப் புரிந்தது. எனக்கு ஆரம்பத்தில் புரியாத விஷயம் தமிழகத்தின் தவப் புதல்வன் இந்தியாவின் ப்ளோரிடாவில் வசிக்கும் நமது செல்லூராரின் பண்ணை வீடு அளவு கூட இல்லாத இடத்தில் எப்படி இரண்டு நாட்டு ராணுவம் நிற்கின்றன என்பது. அதுவும் கோயிலுக்குப் போகும் ஒரு முக்கிய சந்து மாதிரியான இடத்தில் ஒரு பக்கச் சுவரை ஒட்டி இஸ்ரேலிய கமாண்டோகள் கருப்புச் சீருடையுடன். K 47 மற்றும் இன்னும் சில பல ஆயுதங்கள் தரித்து முழு ஆயுதபாணியாக விறைப்புடன் இருக்க எதிர்ச் சுவரின் அருகே அதாவது, சுமார் பத்து பதினைந்தடி தூரத்தில் ஆறடி உயரத்தில் பாலஸ்தீன அரேபிய கமெண்டோகள் நிற்கிறார்கள். அதுவும் பத்தடிக்கு ஒருவர் என்ற கணக்கில். இவர்களுக்கு இடையேதான் நாம் செல்ல வேண்டும்.

இப்போது உங்களுக்கு கொஞ்சம் புரியும் என்று நினைக்கிறேன். அந்த இடத்தின் அரசியல் பொருளாதார ராணுவ சிக்கல்களை பற்றி.

6. *Absolute Truth. Absolute faith* பற்றியெல்லாம் நாம் பேசி இருக்கிறோம். *Absolute Vengeance* பற்றிப் பேசி இருக்கிறோமா? அதற்கு கிளாசிகல் எடுத்துக் காட்டு இஸ்ரேல்தான்.

அது ஒரு சின்ன இன குழு. குறைந்தது 50 பேர் இருப்பார்கள்.. சில புத்தகங்கள் 300 பேர் என்கின்றன. சில ஆவண படங்கள 750 பேர்கள்

என்கின்றன. உறுதி செய்யப்பட்ட தரவுகள் இல்லை. ஆனால் ஒன்று நிச்சயம் ஆயிரம் பேர்களுக்கு அதிகம் இல்லை. இந்தச் சிறு குழுவால் ஒரு நாட்டை வாங்க முடியுமா.? கவனியுங்கள். நாட்டை போரிட்டு வெல்வதல்ல நாட்டை உருவாக்குவதல்ல நாட்டை வாங்குவது.

அதுவும் ஹிட்லரின் நாஜி படைகளுக்கு பயந்து பதுங்கு குழிகளில் பசி பட்டினியுடன் உயிரைக் கையில் பிடித்துக் கொண்டு நாட்களைக் கடத்தும் ஒரு கூட்டமாவது நாட்டை வாங்குவதாவது. முதல்ல அவங்கள உயிரோட இன்னும் கொஞ்சம் நாள் வாழ முடியுமான்னு பாக்க சொல்லங்க பாஸ் ன்னு சொல்லி விட்டு நாம் கடந்து போயிருப்போம். ஏன் அன்றைக்கும் மற்றவர்கள் அப்படி தான் சொல்லிஇருப்பார்கள். அது தான் யதார்த்தம் கூட. ஆனால் சரித்திரம் சொல்லும் கதை வேறு.

7.அந்த குழுவில் உள்ள எந்த அதி புத்திசாலி மனதில் இது உதித்ததோ தெரியவில்லை. ஆமாம் நாமே ஒரு நாட்டை வாங்கிக் கொள்ளலாம். கவனியுங்கள்; அந்த ஒரு பிறவித் தலைவன் (நம்ப மதி போல) போராடா ஒரு வாளேந்தடா என்று குழுவைத் திரட்டிக் கொண்டு சண்டைக்குப் போக வில்லை. மாறாக, இந்த மாதிரி நடக்க வேண்டும் அதற்கு நாம் என்ன செய்ய வேண்டும்? என்ன இருக்கிறது நம்மிடம் எத்தனை காலம் ஆகும் இதற்கு பொறுமையாகத் திட்டம் தீட்டி சபையின் முன் வைத்தார். சபை அலசி ஆராய்ந்து ஒரு மாதிரியாக முடிவுக்கு வந்து சரி ஒரு நாட்டை வாங்கி விடுவோம். பிறகு எந்தப் பயலும் நாக்கு மேல பல்லு போட்டு பேச முடியாது. எனவே நம் நாடு நம் மக்கள் தீர்மானித்தார்கள். Project Period சுமார் 25 ஆண்டு கால திட்டம் இருக்கலாம் என்று முடிவு செய்தார்கள்.

அந்தக் கூட்டத்தில் உள்ள யாரோ ஒருவர் சொல்லி இருக்கக் கூடும். ஏய் அப்பா நாட்ட வாங்குவது இருக்கட்டும், முதல்ல நாம உயிரோடு இருக்க வழிசொல்லுங்கப்பா என்று

இது அதி முக்கியமான விஷயம் என்பதால் இதுதான் நமது Top priority என்று முடிவு செய்தார்கள்.

சரி... நடுவில் இடைச்செருகல்.

உங்களுக்குத் தெரிந்த உலகின் தலை சிறந்த பத்து ஆளுமைகளைப் பட்டியலிடுங்கள் பார்ப்போம்.

ஆச்சா, இப்போது பாருங்கள் அந்த பத்தில் ஆறு பேர் யூதர்களாக இருக்க கூடும்.

சும்மா சொல்ல கூடாது உண்மையிலேயே அவர்கள் கொஞ்சம் ஸ்பெஷல் தான் போல. விஞ்ஞானம், மருத்துவம்,பொருளாதாரம், கலைத் துறை என எல்லாக் கலைகளிலும் அவர்கள் கில்லியாக இருந்தார்கள்.

8. இயேசுவே எங்களை ரட்சியும்

சிக்மண்ட் பிராய்ட்

காரல் மாக்ஸ்

ஆல்பர்ட் ஐன்ஸ்டீன்

நீல் ஃபோர்

எலிசெபத் டெய்லர் என தொடங்கி

நம்ப மார்க் தம்பி. பேஸ் புக்) அவரின் உற்ற தோழன் செர்கே பிரின். அட அவ்வளவு ஏங்க நம்ம பெரிய கை பில்கேட்ஸ். *He is believed as. Jew. But no evidence proved still date* வெறும் வதந்தி ஆக இருக்கவும் கூடும். என நீண்டு இதோ நமக்குத் தெரிந்த ஸ்டீபன் ஸ்பீல்பெர்க். ஸ்கார்லெட் ஜோஹன்ஸ அட அவ்வளவு ஏங்க ராபர்ட் ஓப்பனைமர் வரை யூத இனம் தான்.

சரி... அடுத்த கேள்விக்குப் போகலாம்.

உங்களுக்கு தெரிந்த பத்து அறிவியல் கண்டுபிடிப்புகளை பட்டியலிடுங்கள். அட இதிலும் அவர்கள் சொல்லி அடித்திருக்கிறார்கள்.

Teddy Bear
Candy man chocolate
Ball point Pen
Polaroid Camera
Word Processing Computer
Mobile phone
Camera phone

Google என பட்டியல் நீண்டு கொண்டே போகிறது.

சரி சரி விடுப்பா விடுப்பா நம்ம இயேசுவே ஒரு யூதர் தாம்பா என்று நீங்கள் சொல்வது எனக்கும் கேட்கிறது.

அறிவியல் தொழில்நுட்பத்தில் அவர்களை அடித்துக் கொள்ள இன்றும் ஆள் கிடையாது. அவர்களின் சில பண்ணைகளை பார்வையிட்டு மிரண்டு போய் இருக்கிறேன். கடுமையான வறட்சியில்

அதுவும் பாலைவனத்தில் மிக அற்புதமாக விவசாயம் செய்கிறார்கள். மிக பெரிய பண்ணையைச் சுமார் 75 ஏக்கர் இருக்கும் வெறும் இரண்டு பேர் மட்டும் பார்த்து கொள்கிறார்கள். No விவசாயக் கூலி.

ஆனால் அதி நவீன விவசாயம். ஒவ்வொரு செடிக்குக் கீழே ஒரு சென்ஸார்.

அந்தப் பண்ணை உரிமையாளரிடம் பேசிக் கொண்டிருக்கும் போது சொன்னார். "சும்மா, சும்மா நீர், தழைச் சத்து, மணிச் சத்து சாம்பல் சத்து என்று போட்டு கொண்டிருக்கக் கூடாது. செடி உங்களிடம் வாய் திறந்து கேட்காத குறையாகத் தண்ணீர் வேண்டும் என்று கெஞ்ச வேண்டும்." என்றார்.

அப்படி வடிவமைத்து இருக்கிறார்கள் சென்ஸாரை. Once செடியின் threshold லெவல் தாண்டியதும் சென்ஸார் செயல்பட்டு நீரோ உரமோ அந்தச் செடிக்கு அளிக்கப் படுகிறது. நமது இந்தியாவில் நாம் கற்பனை செய்தும் பார்க்க முடியாத ஆட்டோமேஷன் மற்றும் AI யை உபயோகப் படுத்துகிறார்கள்.

ஒரு மாட்டுப் பண்ணைக்கும் சென்றேன். 300 க்கும் மேற்பட்ட மாடுகள் இருந்தன. ஆனால் மூன்றே மூனு பேர் தான் வேலை பார்க்கிறார்கள். அதில் ஒருவர் முதலாளி. அவர் ஏசி அறையில் உட்கார்ந்து மேற்பார்வை இடுகிறார். சில கணினிகளை வைத்து கொண்டு.

நான் அவரிடம் அந்த நிரலை இயக்கச் சொல்லி வேண்டி கொண்டேன். இயக்கி காண்பித்தார். அரண்டு போனேன். தினமும் எத்தனை மாடுகள் பால் கறந்து இருக்கின்றன எவ்வளவு கறந்து இருக்கின்றன. மாடுகளின். Body Mass Index. காண்பிக்கிறது. எவ்வளவு நேரம் அது நடந்து இருக்கிறது அல்லது அசைந்து இருக்கிறது, நோய் ஏதும் வரும் வாய்ப்பு இருக்கிறதா, இல்லை நோய் எதுவும் வந்திருக்கிறதா முதற்கொண்டு கணினி நிரலில் வருகிறது. இன்னும் சொல்லப் போனால், ஒரு மாட்டை எப்போது காளைக்கு விட வேண்டும் அல்லது artificial insemination க்கு தயாரா என்பது முதற்கொண்டு அதில் காண்பிக்கிறது.

இஸ்ரேலில். நல்ல தண்ணீர் கிடைப்பது என்பது மிக அரிதான விஷயம். இருக்கும் வாட்டர் ஸோர்ஸ் Sea of Calile என்கிறார்கள். பேர் தான் ஸீ ஆப் கலிலியே தவிர அது உண்மையில் ஒரு குளம். சரி... வேறு ஏதாவது தண்ணீருக்கு வாய்ப்பிருக்கிறதா என்று கேட்டேன்..

River of Jorden என்றார்கள். அதையும் போய்ப் பார்த்தேன். 'ச்சே என்று ஆகி விட்டது. காவிரிக் கரையில் பிறந்து வளர்ந்து காவேரியில் குளித்து ஆடிப் பெருக்கு அன்று புகை வண்டிப் பாதையில் நின்று கொண்டு இரயில் அருகே நெருங்கும் போது தண்ணீரில் டைவ் அடித்து வளர்ந்த நான். அதே மாதிரி காவேரி.

பிரம்மபுத்திரா (இந்தியாவில் இருக்கும் ஆண் பெயர் கொண்ட நதி. மற்ற எல்லா நதிகளுக்கும் பெண்கள் பெயர் தான். கங்கா காவேரி யமுனா இப்படி.) போன்ற பிரமாண்ட நதியை எதிர்பார்த்துப் போனால் சற்றே பெரிய ஒரு வாய்காலைக் காட்டுகிறார்கள்.

சரி அவர்கள் தண்ணீர் தேவையை எப்படி தான் சமாளிக்கிறார்கள் என்பதைக் காணவே ஒரு நாள் செலவழித்தேன். பாலைவனம். நதி கிடையாது வெறும் வாய்க்கால் தான். கடல் என்ற பெயரில் மிக பெரிய குளம். அவ்வளவு தான் அவர்களின் தண்ணீர் ஆதாரம். அதாவது, நாட்டின் water source. ஆனால் மிகத் திறமையாக சமாளிக்கிறார்கள். எல்லாம் அதி நவீன டெக்னாலஜி. கடல் நீரைக் குடிநீராக மாற்றிக் கொள்கிறார்கள். அது கொஞ்சம் செலவு பிடிக்கும் விஷயம் என்பதால் கழிவு நீர் என்று ஒரு துளி நீரைக் கூட வீனாக்காமல் மறு சுழற்சி செய்கிறார்கள். சொன்னால் ஒரு மாதிரி இருக்கும் பரவாயில்லை சொல்கிறேன். நாம் கழிவறையில் ப்ளஷ் பண்ணும் தண்ணீர் கூட சுத்திரிக்கப் பட்டு மறு உபயோகப் படுத்த படுகிறது.. mean for agricultural purpose. அவர்களின் கடல் நீர் சுத்திகரிப்பு ஆலையையும் பார்த்துத் தெரிந்து கொண்டேன். ஹைப்பா வில் உள்ள கழிவு நீர் சுத்திகரிப்பு நிலையத்தையும் விடாப்பிடியாக சென்று பார்த்தேன்

மிக பிரமாண்டம் அது. Google drive ல் போட்டோ இருக்கும் தேடிப் போடுகிறேன்.

26

பாகம் மூன்று

9. அவர்கள் நாட்டை வாங்கிய கதையை சற்று பிறகு பார்க்கலாம். கிட்ட தட்ட பாதி உலகமே கிறித்துவ மதத்தைப் பின்பற்றி இயேசுவை வழிபடுகிறார்கள். ஆனால் நான் பார்த்தவரை யூதர்கள் இயேசுவை ஒரு சாதரணமான மனிதராக இன்னும் குறிப்பாகச் சொல்லப் போனால் சற்றேறக்குறைய துரோகியாகப் பார்க்கிறார்கள். (ஆனால் இயேசுவின் பெயரை சொல்லிக் கொண்டு நன்றாக கல்லா கட்டுகிறார்கள்.)

இயேசுவுக்குக் கடவுள் பட்டமோ புனிதர் பட்டமோ அளிக்க மறுக்கிறார்கள். நாங்கள் தங்கி இருந்த விடுதிக்கு அருகில் ஒரு மணி நேர தூரத்தில் ஒரு தேவாலயம் இருந்தது. அதையும் சென்று பார்த்தேன். மிக பிரமிப்பாக இருந்தது. ஆனால் இயேசுவின் வீடு இருந்ததாக (பெத்லகேம் அவர் பிறந்த இடம் மட்டும் தான்) சொல்லப்படுகிற, அதாவது இயேசு வாழ்ந்து வேலை செய்தாக சொல்லப்படுகிற ஒரு இடம் தேவாலயத்தின் உள்ளேயே இருக்கிறது. அங்கு பல்லாயிரக்கணக்கான கிறித்துவர்கள் குவிகிறார்கள் வழிபாட்டிற்கு.

ஆனால் இஸ்ரேலிய அரசாங்கப் பதிவுகளின் படி அங்கே வைத்துள்ள ஒரு போர்டு சொல்கிறது. இங்கே பழங்காலத்தில் ஒரு தச்சுத் தொழிளாளி வாழ்ந்தாக நம்பப்படுகிறது என்று .(கவனிக்க ஜீஸஸ் Christ என்ற பேரைக் கூடத் தவிர்த்து இருக்கிறார்கள்). சரிடா. உங்க கடவுள் தான் யாரு அவர் கோயில் தான் எங்கே? (ஜெருசலம் ஒரு அதிகார சிம்பல் அவர்களுக்கு அதைத் தாண்டி எதுவும் கிடையாது. இன்னும் சொல்லப் போனால் நிறைய அன்னிய செலவாணி கிடைக்கும் ஒரு வியாபார ஸ்தலம் அவ்வளவு தான்) என்று கேட்டால் ஒரு சுவற்றை காட்டுகிறார்கள். *Wailing wall* என்ற சுவரைத் தான் அவர்கள் கடவுளாகக் கும்பிடுகிறார்கள்.

ஆழ விசாரித்துப் பார்த்தால் அங்கு அரசன் சாலமனுக்கு ஒரு கோயில் இருந்தாகவும் அது பல்வேறு படையெடுப்புகளில் சிதைக்கப்பட்டதாகவும். மிஞ்சி இருப்பது இந்தச் சுவர்தான் என்றும் சொல்கிறார்கள்.

10.ஒவ்வொரு வெள்ளிக்கிழமையும் அவர்களுக்கு சபாத். அதாவது புனித நாள். அன்று எந்த வேலைக்கும் செல்ல மாட்டார்கள். அவசியம் இன்றி வெளியேயும் வர மாட்டார்கள். வீட்டில் சாப்பிட்டு விட்டு நாள் முழுவதும் இறை நாமத்தைச் சொல்லிக் கொண்டிருப்பது தான் வேலை. மாலை புனிதச் சுவருக்கு சென்று பிராத்தனை. பிரார்த்தனை என்றால் உங்க வீட்டு எங்க வீட்டுப் பிராத்தனை. நான் பார்த்தவரையில் 99 சதவீதம் மிக சீரியஸாக கண்ணீர் விட்டு கதறிப் பிரார்த்திக்கிறார்கள். (இது எனக்கு சரியாக விளங்க வில்லை. அதெப்படி ஒருவர் ஒவ்வொரு வெள்ளியும் சுவரில் தலையை முட்டிக் கொண்டு கண்ணீர் தளும்ப பிரார்த்திக முடியும். அல்லது நான் போயிருந்தது ஏதாவது விழா காலமா தெரிய வில்லை. (நம்ம ஊர் மாதிரி பிள்ளையாரைப் பார்த்தவுடன் வாசலிருந்தே தன் கையில் தன் உதட்டுக்கு கிஸ் பண்ணுவது போன்று செய்து விட்டு பின் பைக்கில் செல்லும் இடம் நோக்கிப் பாயவில்லை)

நானும் அந்தச் சுவரில் தலையை முட்டு கொடுத்து ஒரு பத்து நிமிடம் நின்றிருந்தேன். (தலையில் சிறிய வெள்ளைக் கலர் வட்ட குல்லா அணிவது கட்டாயம். இல்லையென்றால், நீங்கள் சுவரின் அருகே அனுமதிக்கப்பட மாட்டீர்கள்.) என் மனதில் எத்தனை நூற்றாண்டு கால பழக்கம் இது. மெட்ராஸ் படத்தில் வரும் வசனத்தைப் போல இந்தச் சுவர் எத்தனை பிரார்த்தனைகளை, மனித தலைகளைப் பார்த்திருக்கும். இப்போது அவர்களில் நானும் ஒருவன் என்றாவாறே தலையை முட்டு கொடுத்து நின்றிருந்தேன்.

11.எங்களது வழிகாட்டிகளில் ஒருவர் 70 வயதுள்ள ஒரு யூதப் பெண்மணி. ஏன் கிட்ட தட்ட யூத வெறியர் என்று சொல்லும் அளவுக்கு அவர் நடவடிக்கை இருந்தது. பயணத்தின் போதும் ‘பிற இடங்களில் பேசும் போதும் நாங்கள் தான் கடவுளின் நேரடி குழந்தைகள். எங்களது இனம் மற்ற இனத்தை விட மேம்பட்டது. கடவள் எங்களுக்கே சொந்தம் அவர் எங்களுக்கு மட்டுமே நெருக்கமாக இருக்கிறார்’ என்ற தொனியில் தான் பேசினார். ‘டேய் நாங்க ஆண்ட பரம்பரை டா. மானம்தானே வேட்டி சட்டை மத்ததெல்லாம் வாழ மட்டை’ என்று பாடாத குறை ஒன்றுதான் பாக்கி

ஆனால் கிழவி படு Strong. அவர் வேகத்துக்கு ஈடு கொடுத்து என்னால் நடக்க முடிய வில்லை. கிட்ட தட்ட அவர் ஓட்டமும் நடையுமாக தான் நாள் முழுவதும் இருந்தார். அது ஒரு வெள்ளிக்கிழமை. எனவே வெளியே அதாவது, எங்களுடன் உணவு எதுவும் எடுத்துக் கொள்ள வில்லை. ஆனா நம்ம வாய் தான் சும்மா இருக்காதே. சரி இன்று சபாத் நீங்கள் ஒரு உண்மையான யூதர் என்று சொல்லிக் கொள்கிறீர்கள். சபாத் அன்று வேலைக்குப் போக கூடாது என்றும் சொன்னீர்கள். ஆனால் நீங்கள் மட்டும் எங்களுடன் வழிகாட்டியாக அதாவது, வேலைக்கு வந்து இருக்கிறீர்களே, பரவாயில்லை என்றேன். என்னை எரித்து விடுவது போல் பார்த்து விட்டு அதற்கப்புறம் என்னுடன் அவர் பேசவே இல்லை. என்னை நானே நொந்து கொண்டேன். 70 வயது மூதாட்டி அவர். அவருக்கு என்ன பிரச்சனையோ. சபாத் அன்று கூட வேலைக்கு வந்து சம்பாதிக்க வேண்டிய நிர்பந்தம் போல என்று எண்ணி கொண்டேன்.

12.சரி, தன்னடக்கம். மிகவும் புத்திசாலியான படித்த சமூகம். குழுவாக தங்களுக்குள் விட்டுக் கொடுத்து வாழ்பவர்கள். அதற்காக மிக மிக நல்லவர்கள் என்று எண்ணி விடாதீர்கள்.அவ்வளவு நல்லவர்கள் எல்லாம் கிடையாது.

தனது சகோதர இனமாகிய பாலஸ்தீனர்கள் மேல் இவர்கள் காட்டும் வெறுப்பு நம் கற்பனைக்கும் அப்பாற்பட்டது. (அவர்கள் கதை படி அரசன் சாலமனுக்கு இரு குழந்தைகள். ஒரு குழந்தையின் வழி வந்தவர்கள் இவர்கள். இன்னொறு Participate வழி வந்தவர்கள். அரேபியர்கள் மற்றும் பாலஸ்தீனர்கள்.)

அது மட்டுமல்ல, ஒரு இடத்திற்கு ஒரு யூத குடும்பம் சென்றால், மெதுமெதுவாக மேலும் பல யூதர்கள் குடியேறி ஒரு கட்டத்தில் அந்த இடத்தையே ஆக்கிரமித்து விடுவார்கள் என்று சொல்லப்படுகிறது. அவர்களின் புத்திசாலித் தனம் ,கூட்டு வாழ்க்கை முறை, பொருளாதார சுதந்திரம் என நிறைய காரணங்கள். நன்றாக கவனித்துக் கொள்ளுங்கள் இந்த கல்யாண குணங்களினால் தான் ஒரு நாட்டையே வாங்கப் போகிறார்கள். அதை பிறகு பார்ப்போம்.

மறுக்க போதுமான ஆதாரம் இல்லை. இன்றும் உலகின் பொருளாதாரம் அவர்களால்தான் தீர்மானிக்கப்படுகிறது. டெக்னாலஜி முழுவதும் அவர்கள் கையில். (போன வருடம் லேசாக செய்திதாள்களில் அடிபட்ட Non Touch பெகாசஸ் உளவு செயலி நம்ம இஸ்ரேல்

கை வண்ணம் தான். உலகின் பெரியண்ணணாக தன்னை கருதும் அமெரிக்கா இந்த விஷயத்தில் இவர்களிடம் முட்டி போட்டுக் கொண்டுள்ளது) உலகின் பல நாடுகளின் பெரிய தலைகள் யூதர்கள் தான். மருத்துவம், வங்கி, கேப்பிடல் மார்கெட், Stock market. வால் Street, Hollywood என்று யூத இனம் இல்லாத இடம் ஒன்றை இன்னும் எம்பெருமான் அருளவில்லை.

பாகம் நான்கு

ஒருவழியாக ஹிட்லர் தன் காதல் மனைவியுடன் விஷமருந்தி தற்கொலை செய்து கொண்டார். (சாவுறதுக்கு முன்னால கல்யாணம் செய்து கொண்டார் மனிதர். உண்மையிலேயே லவ் தான் போல...)

யூத இனமே, ஆடுவோமே பள்ளுபாடுவோமே... என்று பாடாத குறை. பதுங்கு குழிகளில் இருந்த யூத இனம் தரைமட்டத்திற்கு வந்து மெல்ல மெல்ல சுவாசிக்க ஆரம்பித்தது. ஒரு வழியாக சுதாரித்துக் கொண்டவுடன் அந்த இனத்திற்கே உள்ள புத்திசாலி தனத்துடன் வியாபார நிறுவனங்களை ஆரம்பித்தார்கள். இப்போது உள்ள லூலூ மால் மாதிரி எல்லாம் கற்பனை செய்து கொள்ளாதீர்கள். கைகளில் இருந்த கடைசி பைசாவையும் போட்டு ஆரம்பித்த சிறு சிறு கடைகள்.

யூத இனத்திற்கே உள்ள ஆதார நல்ல ஒழக்கமான வாழ்வியல் முறை, தேவைக்கு அதிகமாக ஒரு தம்படி கூட செலவு செய்யாத குணம். கேளிக்கையா? மூச்... அதெற்கெல்லாம் அனுமதி இல்லை. நம்ம ஊர்ல சொல்கிற பழமொழி போல கருமமே கண்ணாய் இருந்தனர். ஒரு வழியாக ஒளி தெரிய ஆரம்பித்தது. இதில் கவனிக்க வேண்டிய விஷயம் எது எப்படி போனாலும் யூதர்கள் தங்கள் குழந்தைகளைக் கல்வி கற்க அனுப்பாமல் இருந்ததில்லை. மற்றும் அவர்களின் கூட்டு வாழ்க்கை முறை. அதான் கம்யூன் வாழ்க்கை முறை. ஒருவர் வியாபாரத்தில் நொடித்தால் ஓராயிரம் கைகள் நீளும். அவரைத் தூக்கி விட. சம்பாதித்ததில் தனது அடிப்படைத் தேவைக்குப் போக பெரும்பாலானவற்றை பொதுவில் வைத்தர். அதை தன்னலமற்ற யூத ரபாய்கள். மத குருக்கள்) பரிபாலனம் செய்தார்கள்.

பிறவியிலேயே புத்திசாலிகள். மேலும் கல்வி; உலக நடப்பில் *up to date* ஆக இருந்தார்கள். போதக் குறைக்குத் தற்போது தான் ஒரு மிக பெரிய இன்னலில் இருந்து மீண்டு வந்திருக்கிறார்கள். எனவே

நாளொரு வண்ணம் பொருளுதோரு மேனி நான் வளர்கிறேனே மம்மி என்றவாறு வளர துவங்கினர். இது எல்லாவற்றையும் விட முக்கியமாக தாங்கள் அனுபவித்த சித்ரவதைகளைக் கேட்ட மரண ஓலங்களை இரவின் போது கூட்டு வழிபாட்டின் போது கதை கதையாக சொல்லி கண்ணீர் மல்கினார்கள். இந்தக் கதைகளை கேட்டு வளர்ந்த யூதக் குழந்தைகளுக்கு இயல்பாகவே முன்னேற வேண்டும் என்ற வெறி தானகவே வந்தது. ஆச்சா? ஒருவழியாக நாங்களும் ஒரு ஆள் தாண்டா என்றவாறு பொருளாதார ரீதியாக நிற்கத் தொடங்கினர்.

‘வாங்கேளேன் அப்படியே ஒரு டீ சாப்பிட்டுகிட்டே வங்கி ஆரம்பிக்கலாம்.’ சும்மா நகைச் சுவைக்கு எழுதினாலும் கிட்ட தட்ட நடந்தது அது தான். கையில் *Pool* செய்யப்பட்ட எச்சக்கமான பணம். மெதுவாக வட்டி பிஸ்னெஸ் செய்ய ஆரம்பித்தார்கள். பின்னர் ஒரு வங்கி ஆரம்பித்தனர்.

கவனிக்கவும், எல்லோருக்குமான வங்கி இல்லை இது. வெந்த ரொட்டியும் விதி வந்தால் சாவும் என்ற நிலையில் இருக்கும் படிப்பறிவு அற்ற அரேபியர்கள் இவர்களின் இலக்கு. (இப்போது உள்ள அரேபியர்களைக் கணக்கில் எடுத்துக் கொள்ளாதீர்கள்) தேனொழுக பேசி ஏராளமாக, தாராளமாக வட்டிக்கு பணத்தை அள்ளி இறைத்தார்கள். இவர்களோ படிப்பில் கில்லிகள். அந்த சைடோ படிப்பு என்பது ஹராம் என்று நினைத்த அப்பாவி அரேபியர்கள்.

தங்களுக்கு தான் கை இருக்கு என்று நீட்டியஎல்லா பேப்பர்களிலும் கை நாட்டு வைத்து விட்ட *Aragh sagi. a type of arak)* என்ற நாட்டுச் சாராயத்தை குடிக்கக் கிளம்பினார்கள். வறியவர்களுக்கு இருக்கவே இருக்கு அபின் உருண்டை.

சில காலம் நன்றாகப் போனது. அரபிகளும் இஸ்ரவேலர்களும் தேனிலவு கொண்டாத குறை தான்.

பின்னர் தான் ஆரம்பித்தது பஞ்சாயத்து. யூதர் அனைத்து கணக்கு வழக்குளையும் முறைப்படுத்தி வைத்திருந்தனர். ஒரு அதிகாலை வந்து அரபிகளின் நிலத்தில் ‘தம்பி தம்பி இந்த நிலம் என்னுதப்பா என்றார்கள். அரபிகளுக்கு ஒன்றும் புரியவில்லை. நாம் கஷ்டபட்ட போது ஜீணி மாதிரி. அரேபிய தேவதை) வந்து உதவினார்கள். நாமும் வாழ்த்தினோம். ஏதோ கைரேகை எடுத்துக் கொண்டார்கள். நம்ப மேல எவ்வளவு பாசமா இருக்காங்க என்று எண்ணினோம். இப்போது என்னவென்றால் நிலம் எங்களுடையது என்கிறார்கள். அரசாங்கத்திடம்

முறையிட்டால் அவர்களும் ஆமாப்பா நீ தான் எழுதி கொடுத்துட்டல.' என்று நழுவுகிறார்கள்.

உதயமாகிறது இஸ்ரேல்.

சொன்னால் நம்ப கொஞ்சம் கஷ்டமாக தான் இருக்கும் இப்படியே அவர்கள் வாங்கிய நிலங்கள் தொடர்ச்சியாக 300 Km தாண்டி போனதும், ஒரு அழைப்பு விடுக்கப்பட்டது. உலக வாழ் யூதர்களே ஒன்று கூடுங்கள்! நாம் சாதித்து விட்டோம். நாம் வாழ்வதற்கென்று ஒரு தனி நிலப் பகுதியை வாங்கியற்று. எனவே நாளது தேதியன்று இந்த அழைப்பை தந்தி போல் பாவித்து உடனே இங்கே வரவும்.

பின்னர் ஆரம்பித்தது இஸ்ரவேலர்களின் குவியல். பூமியில் உள்ள எல்லாக் கண்டங்களிலும் பயந்து ஒடுங்கி கொண்டு வாழ்ந்த யூதர்கள் அந்த 300km நிலபரப்பை நோக்கி அலைகடலென திரண்டு வந்தார்கள். வந்தவர்கள் தங்கள் வாழ்ந்த இடத்தில் இருந்த முழு சொத்தையும் விற்று காசாக்கி கொண்டு தான் வந்தனர். விளைவு 300 Km 400 Km ஆனது. எப்படியா?

யேய் யாரப்ப அங்கே இந்த 301 Km உள்ள தரிசு நிலம் எவ்வளவு? அவர்கள் உதாரணமாக ஒரு 500 ரூபாய் சொன்னால் சரி சரி... பார்க்க நல்ல அரபியாக இருக்கிறாய். இந்த தரிசு நிலத்தால் உனக்கு ஒரு புண்ணியமும் இல்லை. ஆனால் உனக்கு ஏதாவது உதவ வேண்டும் என்று என் மனது சொல்கிறது. ஆங் எவ்வளவு சொன்னாய்? 500ரூபாய்ல இந்தா புடி ஆயிரம் ரூபாய் என்றனர்.

அரபிகள் கண்ணீர் நீர் மல்க விழுந்து சேவித்து விட்டு பணத்தை வாங்கிக் கொண்டு முன்னே சொன்ன நாட்டு சாராயக்கடையை நோக்கி நடையைக் கட்டினார்கள். இப்படி தான் பாலஸ்தீனம் கொஞ்சம் கொஞ்சமாக இஸ்ரேலாக மாறியது.

இன்றும் பாருங்கள், இஸ்ரேல் என்ற நாட்டின் நீளம் வெறும் 8600 சொச்சம் sq.மைல்கள் தான். நீள வாக்கில் பார்த்தால் நமது சிங்கார சென்னையிலிருந்து தூங்கா நகரத்து உள்ள தூரத்தை விட சற்று குறைவு தான் (420 Km). அகலம் வெறும் 115 km தான்.

ஒருவழியாக அனைத்து யூதர்களையும் வெற்றிலை பாக்கு வைத்து அழைத்துக் கொண்ட பின் உருவாகியது தனி நாடு இஸ்ரேல்.

17தேதி மே மாதம் 1948 வருடம் இஸ்ரேல் என்ற தேசம் உருவாகியது. ஒப்பீட்டளவில் பார்த்தால் நமது தலைநகரான

டெல்லியை விட குறைந்த பரப்பளவு. ஆனாலும் உதயமானது இஸ்ரேல்.

‘எங்களையாடா நாடு நாடா தொரத்துற நாங்க ஒரு நாட்டையே வாங்கிக் காண்பிக்கிறோமடா.’ என்ற யூத கனவு நிறைவேறியது இப்படி தான்.

‘உலகில் எந்த இனம் வஞ்சிக்படுகிறதோ அந்த இனத்தில் ஒரு தலைவன் துள்ளி எழுவான். சாதனைகள் படைப்பான்.’ என்பது நம் பெருமான் இஷ்டமுடன் விட்ட விதி. அப்படி பறி கொடுத்த நிலத்த திரும்பிப் பெற அல்லது அவர்கள் பரவாமல் தக்க வைக்க ஒரு தலைவன் தோன்றினான். அவனைப் பற்றி எழுதினால் அது பாலஸ்தீன யாசர் அராபத் கதையாக மாறி விடும். எனவே தற்போது முடித்துக் கொள்ளலாம்

27

ஆடு ஜீவிதம். இந்தப் புத்தகத்தை இந்த வாரம் படித்தேன்.

இப்போதெல்லாம் புத்தகங்கள் படிப்பப்தில் மிகவும் கவனமாக இருக்கிறேன். 30 வருடங்களுக்கு முன்பு நிறைய படித்துக் கொண்டு இருந்தேன். வகை, தொகை இல்லாமல் படிப்பேன்.(அப்புறம் ஏண்டா பாடப் புத்தங்களைப் படித்து ஒழுங்காக. வருடங்களில் தேர்வாக வில்லை என்று கேட்கிறீர்களா? அது நான் செய்த மடத்தனம் வேறு டிபார்ட்மெண்ட். வழிகாட்டவோ,இல்லை ஆறுதல் கூறவோ, இல்லை என் தவறுகளை ஏற்றுக் கொண்டு அதிலிருந்து மீண்டு விடலாம் என்று நம்பிக்கை கொடுக்க, நல்வழிபடுத்த ஒரு தோழனோ, தோழியோ இல்லை. வீட்டிலும் ஏன் என்று கேட்க ஆளில்லை. அவர்கள் பார்வையில் சின்ன உல்பா ஒரு முட்டாள். அது உண்மையும் கூட.

பாருங்க கதை திசை மாறுது. பேச்சு படித்த புத்தகத்தைப் பற்றியது தானே. ஆமாம் இப்போதெல்லாம் புத்தகங்கள் வாங்குவதில் மிகவும் கவனமாக இருக்கிறேன். அப்படியே ஆசைப் பட்டு வாங்கி விட்டாலும், முதல் இரண்டு பக்கங்கள் படிப்பதற்குள் அந்த புத்தகம் என்னை முழுதாக உள்ளிழுக்க வேண்டும். அப்படி இருந்தால் மட்டுமே தொடருகிறேன். இல்லையென்றால், தயவு தாட்சணம் பார்க்காமல் அதை மூடி விட்டு அடுத்து புத்தகத்திற்க்கு சென்று விடுகிறேன். இதுவேதான் திரைபடங்களுக்கும்.

அது எவ்வளவு பாராட்டப் பட்ட அல்லது உலகமே கொண்டாடிய படமானாலும் முதல் ஐந்து நிமிடங்களுக்குள் அது என்னை ஈர்க்க வேண்டும். ஐந்து நிமிடங்களைத் தாண்டியும் அது என்னை ஈர்க்காவிட்டால் உடனே நிறுத்தி விடுகிறேன்.

ஆனால் இருபது அல்லது முப்பது வருடங்களுக்கு முன் நான் இப்படி இல்லை. ஒரு புத்தகத்தைப் படிக்க ஆரம்பித்து (சவ சவ

என்று போய் அதாவது எனக்கு மட்டும்) அடுத்த அத்தியாயமாவது நன்றாக இருக்கும். அடுத்ததாவது நன்றாக இருக்கும் என்று முழு புத்தகத்தையே படித்து விடுவேன். அதே போல் தான் திரைபடங்களும். அடுத்த காட்சி நன்றாக இருக்கும் என்றே ஏராளமான குப்பைகளைப் பார்த்திருக்கிறேன்.

இப்போதெல்லாம் அப்படி இல்லை. கொஞ்சம் முதிர்ச்சி வந்து விட்டது போலும்.

அதுவும் திரைபடமானால் முதல் பிரேமிலேயே கதை ஆரம்பிக்க வேண்டும் என்று எதிர்பார்கிறேன். ஸிட் பீல்ட் புத்தகங்களை படித்ததன் விளைவு என்று எண்ணுகிறேன்.

மெட்ரோ என்று ஒரு தமிழ்ப் படம் வந்திருக்கிறது. நீங்கள் எத்தனை பேர் பாத்திருக்கிறீர்கள். அனந்த கிருஷ்ணன் என்பவர் இயக்கியது.

2016 ஆண்டு வெளிவந்தது. You Tube ல் காணக் கிடைக்கிறது. OTT ல் நல்ல தரத்துடன் கிடைக்க கூடும். பாருங்கள்.

படம் ஆரம்பித்து 120 வினாடிகளுக்குள் கதைக்குள் போய்விடும். அதைப் போல தான் என்று இந்தப் புத்தகமும். ஆரம்பித்து இரண்டாவது பக்கத்திலேயே ஒரு சுவாரஸ்யம் தொற்றிக் கொள்கிறது. (வெங்கி. பவா செல்லதுரை இந்த ஆடு ஜீவிதம் புத்தகத்தைப் பற்றிப் பேசியுள்ளார்.) படிக்க நேரம் கிடைக்காதவர்கள் அந்த You tube காணொளியையாவது பாருங்கள்.

இது ஒரு உண்மை சம்பவம். பென்யாமின் என்ற ஒருவர் மலையாளத்தில் எழுதி வெளிவந்து கேரளா சாகித்திய அகடமி விருது உள்பட ஏராளமான விருதுகளை வாங்கிக் குவித்தது.

நம்ம மலையாள நடிகர் பிருத்வி ராஜ் சுகுமார் நடித்து வெளிவர போகும் ஒரு மலையாளத் திரைப்படம்.

நிச்சயமா இந்த சேவல் பந்தயம் அடிக்கும் அதாவது கண்டிப்பாக அடுத்த வருட கேரள ஏன் இந்திய பட அவார்டு லிஸ்ட்ல் இந்த படமும் இருக்கும்.

புத்தகத்தின் முதல் அத்தியாயத்தில் கதையின் நாயகனும் அவன் நண்பனும் ஒரு வளைகுடா நாட்டு காவல் நிலையம் முன்பு நின்று கொண்டு எப்படியாவது அந்த நாட்டுக் காவல்துறை நம்மை கைது செய்யாதா என்று ஏங்குகிறார்கள். அதற்காக. அதாவது, கைதாவதற்காக வம்படியாக காவல் நிலையக் காவலரிடம் சென்று

ஸ்ரீ அரவிந்த் | 107

விதண்டாவாதம் செய்து கைதாகிறார்கள். இதெல்லாம் முதல் அத்தியாயத்திலேயே சொல்லப் போனால் ஒரு சில பக்கங்களிலேயே நடந்து முடிந்து விடுகிறது.இப்போது சொல்லுங்கள். உங்களுக்கு ஆர்வம் வருகிறதா இல்லையா? வழக்கமாக போலிஸ்க்கு பயந்து ஓடுவதை, அவர்களிடமிருந்து சாமர்த்தியமாக தப்பிப்பதை. போலிஸில் மாட்டாமல் குற்றம் செய்வதைப் பற்றிப் படித்திருப்போம். ஏன் திரைப்படமாகக் கூட பார்த்திருப்போம். ஆனால் ஏன் இவர்கள் போலிஸில் மாட்டிக் கொள்ள இவ்வளவு மெனக்கெட வேண்டும் என்ற ஆச்சர்யம் வருகிறதல்லவா. இது தான் கதையின் ஆரம்பம்.

பிறகுப் படிக்க படிக்க அந்தக் கதையின் நாயகனாக நாம் உணரத் தொடங்கி விடுகிறோம். போகப் போக நாமும் அந்த மாதிரி வருடக்கணக்காக குளிக்காமல் ஆட்டுடன் ஆடாக மாற தொடங்கு கிறோம்.

(இதை அபிராமியும் படிப்பார். அதனால் சில விஷயங்களை இங்கே எழுத வில்லை. ஏன் படிப்பவர்களுக்கே அது சற்று பூடகமாகதான் விளக்கப்பட்டிருக்கும். ஆச்சர்யகரமாக இந்தப் புத்தகத்தை எழுதியவர் இந்த ஒரு புத்தகம் மட்டும் தான் எழுதியுள்ளார். வேறு புத்தங்கள் ஏதும் எழுத வில்லை. அதாவது தான் அனுபவித்ததை உண்மைக்கு மிக அருகில் சென்று எழுதி இருப்பார். இந்தப் புத்தகம் வெளி வந்தவுடன் உலகம் முழுக்க பல நாடுகளிலிருந்தும் நிறைய உதவிகள் அவருக்குக் குவியத் தொடங்கின. ஆச்சர்யகரமாக அதை எதையும் அவர் ஏற்றுக் கொள்ள வில்லை..

அதுவும் கேரளம் போன்ற ஒரு ஆறு, குளம் ,கிணறு என்று சதா தண்ணீருடன் புழங்குவனின் பரிதவிப்பை நம்மால் உணர முடிகிறது. முத்தாய்ப்பாக அவர்கள் தப்பித்து ஓடும் போது ஏற்படும் நிகழ்வுகள். தப்பிக்க திட்டம் வகுத்தவனின் மிஸ்ட்ரியான மறைவு. (இதைப் பற்றி பின்னாளில் அவரிடம் பேட்டி கண்டவர்கள் கேட்டுள்ளார்கள். ஆனால் பென்யாமின் இல்லை சத்தியமாக அப்படி தான் நடந்தது, என்கிறார்.)

மேலும் எழுதி உங்கள் சுவாரஸ்யத்தைக் கெடுக்க வில்லை.

28

நம்ப தல எலான் மஸ்க் ன்னுடைய நீயூரா லிங்க் புராஜெக்ட் பத்தி தற்சமயம் படித்துk கொண்டுள்ளேன்.

ஆக சிறந்த மர்ம கதைகளைப் போல படிக்க, படிக்க சுவராஸ்யமாக இருக்கிறது. கண்டிப்பாக அதை பற்றி எழுதுவேன்.

நிற்க.

நம்ம *"Twitter NIBBAS"* சொல்வது போல தல எலான் ஒன்னும் கிறுக்கன் எல்லாம் கிடையாது.

யார் இந்த *TWITTER Nibbas* ன்னு கேக்குறிங்களா? ஆமாம் என்னையும் சேர்த்து எட்டு பேர். ஒரு குழுவாக இயங்குவோம். ஒத்த சித்தனை. கோட்பாடுகள் மற்றும் ஐடியாலஜி கொண்ட ஒரு சிறு குழு இது.

என்ன மாதிரி குழு இது என்ன செய்கிறது? என்ன நோக்கம்? என்பதனை பிறிதொரு நாள் சொல்கிறேன். குழு என்றவுடன் ஏதோ தீவிரவாதக் கும்பல் என்று நினைத்துக் கொள்ளாதீர். பழமை வாதம், சுய ஜாதி, மத. இன வெறி. அபிமானம் இருந்துட்டு போகட்டும். அது கூட எங்களுக்குத் துளியும் உடன்பாடு இல்லை. ஆனால் அபிமானம் எல்லை கடந்து வெறியாக மாறும் போது தான் அவர்களைத் தூக்கிப் போட்டு மிதிப்போம்.

I mean Virtual ஆக. சமயத்தில் அவர்கள் பக்கமே முடங்கும் அல்லது மூடி விட்டு ஓடும் வரை எதிர்வினையாற்றுவோம். இன்னும் *Whats up University* வதந்திகள், மரபு வழி மருத்துவம், போலி தேச பக்தி, உடனடி பணக்காரன் ஆவது என இன்னும் பல டாபிக் உண்டு. இதே போல் *FB Nibbas* கூட உண்டு.)

ஆச்சா!. நம்ப எலான் மாம்ஸ் ஆக சிறந்த பொறியியல் மேதை. உலகத்தரம் வாய்ந்த *Software Architect*. போதாதற்கு அள்ள அள்ள குறையாத பணம். கேட்கவா வேணும்?

இவர் *Twitter* ல் செய்யும் சில்லுண்டி வேலைகளைப் பார்த்து மெய் நிகர் உலகம் இவரைப் பணக்காரக் கிறுக்கன் என்று வசைபாடுகிறது. காரணம் இவர் டீவிட்டரில் சமீபத்தில் நடத்திய ஏழரைகள்.

காட்சி ஒன்று

Twitter ல் ஃபேக் ஐடிகள் கோலோச்சிய காலத்தில். *Twitter*. வாங்கிய உடனே அத்தனை ஆயிரம் பேக் *ID* களையும் தல தூக்கிப் போட்டு மிதிச்சு சம்பவம் பண்ணினார்.

2.செய்கை இரண்டு

இது முடியும் முன்னரே ஒரு காலத்தில் வெரிஃபைட் *Twitter ID*

ன்னு கெத்தா காலர தூக்கி சுத்திகிட்டு இருந்த எல்லாருக்கும் ஒரு எத்து.

வெரிஃபைட் *ID* வேணுமா. மாசம் 8/டாலர் கட்டு. வெரிஃபைட் *ID* வாங்கிகிட்டு போய்கிட்டே இரு. அத விட்டுட்டு சும்மா நான் அரசியல்ல பெரிய ஆள். அல்லது சினிமாவல நான் தான் கிங் அல்லது குயின். எனக்கு மில்லியன் கணக்காக பாலோவர்கள் உண்டு. என்று உதார் காட்டினா எல்லாம் வெரிஃபைட் *ID* கிடைக்காது. நம்ப வடிவேலு பாணில சொல்லனுமுன்னா இட்லியெல்லாம் கிடையாது. வேணும்னா கொஞ்சம் சட்னி இருக்கு. நக்கிட்டு போ ன்னு சொல்ற மாதிரிபணத்த கட்டு வெரிஃபைட் *ID* வாங்கு. இல்லனா அப்பால போ சாத்தானே என்று செவுள்லே அப்பி தொரத்தியது.

(நம்ம ஊர் விக்ரம், த்ரிஷா என எல்லா வெரிஃபைட் *ID* யையும் எலான் மாம்ஸ் அடிச்சுத் தூக்கிட்டாரு. அப்புறம் அலறி அடித்துக் கொண்டு போய் பணம் கட்டி மீட்டார்கள்.

இடையில பொன்னியின் செல்வன் பட புரமோசனுக்காக திரிஷா அவங்க *ID* குந்தவைன்னும். கார்த்தி அவர் *ID*. வந்திய தேவன்ன்னும் மாத்திகிட்டுப் பட புரமோஷனுக்காக *Twit* போட்டு கொஞ்ச நாள் க்ரிஞ் பண்ணிகிட்டு இருந்தாங்க. அதற்கு நம்ம ஆட்டோ கார தம்பி (அட அதாங்க எலான். அவங்களக் கூப்பிட்டு ஊமகுத்தா குத்தி அனுப்பினார்.

காட்சி மூன்று

எலான் இரண்டு நாள் முந்தி பண்ணிய சம்பவம்.

உங்க கிட்ட வெரிஃபைட் *Twitter ID* இருந்தா நீங்க இரண்டு மணி நேர வீடியோ ஃபைல். அப்லோட் பண்ணலாம்.

அறிவிப்பு வந்த அடுத்த சில மணி நேரத்தில் எல்லா *OTT PLATFORM* வோட *Stock option* எல்லாம் ஒரு *Steep* டைவ் அடித்தது.

OTT உலக அரசனான நெட்பிளிக்ஸே சற்று தடுமாறியது என்றால் பார்த்துக் கொள்ளுங்கள்.

அதற்கேற்ப சமீபத்தில் வெளியான நம்ப சின்ன பகவதி *Keanu Reeves* ன் *John Wick Chapter*. முழு படமும்(அட ஆமாங்க. முழு படமும் தான்). *K* துல்லியத்துடன் *Twitter upload* செய்யப் பட்டது.

நம்ம மஸ்க்கு இந்த மாதிரி ஒரு தமாஸுக் காரத் தம்பி என்பதை மனதில் கொண்டால் போதுமானது.

ஆனால் ஒன்றை ஒத்துக் கொள்ளத் தான் வேண்டும். எல்லா *Visionary* க்களும் அடிப்படையில் கொஞ்சம் நம்ம ரஜினி மனநிலை (அதான்ங்க மெண்டலா) உண்டு போலும். ச்சே நீயூரா லிங்க்.& *Brain Computer Interface*. *BCI)* பத்தி எழுத வந்தது வேறு எங்கோ இழுத்துக் கொண்டு போய் விட்டது. எலான் மஸ்க் என்றால் இன்றைய தேதியில் அனைவரும் முதலில் சொல்லக் கூடிய விஷயம் டெஸ்லா கார். அது ஒரு தனி சப்ஜெக்ட்.

சரி... அடுத்து என்னவென்றால், அவருடைய *SPACE*. *Satellite* நிறுவனம்.

அப்புறம் தான் இந்த நீயூரா லிங்க் புராஜெக்ட். ஆனால் முதல் இரண்டு பிரபலம் அடைந்த வகையில் இந்த நீயுரா லிங்க் மக்கள் கவனத்தை இன்னும் ஈர்க்கத் தொடங்க வில்லை. ஆனால் என்னைப் பொருத்த வரையில் இந்த நீயுரா லிங்க் தான் சூப்பர் டூப்பர் ஹிட் ஆக போகிறது.

அடுத்த பத்து ஆண்டுகளில் இது நிகழ்த்தப் போகும் மாயாஜாலங் களை நினைத்தால் நிறைய ஆச்சரியமாகவும் சற்று பயமாகவும் இருக்கிறது.

இந்த நீயூரா லிங்க் புராஜெக்டைப் பற்றி நான் படித்ததைப் பார்த்ததை கேட்டதை *Latest updates*. இரண்டு அல்லது மூன்று பாகங்களை எழுதுகிறேன்.

இறுதியாக, கீழே இனைத்துள்ள 30 வினாடி விடியோவை பாருங்கள்.

இந்த ஜூன் இரண்டாம் தேதி வந்தால் 52 வயது நிறைவடைகிறது எனக்கு. ஆனால் இந்த வீடியோவைப் பார்க்கும் 30 நொடிகளுமே என்னால் வெகு எளிதாக என்னுடைய இருபத்தியோரு வயதுக்குச் செல்ல முடிகிறது. என்னுடைய முன்னாள் காதலி/ இன்னாள் தோழிக்கும் இந்த ரீல்ஸில் வருகின்ற பெண்ணைப் போலவே

அதே கண்கள். அதே சிரிப்பு.. முக்கியமாக அந்தப் பாட்டு எனக்குக் கொடுக்கும் உளக்கிளர்ச்சிகள். கிட்டதட்ட அந்தக் கால எங்களைப் பார்த்த உணர்வு. . இதனை அந்தத் தோழியும் படிப்பார்.)

இது ஏதோ சும்மா காமெடிக்கு எழுத வில்லை. இந்த உணர்வு. *mean* இந்த 30 வினாடி வீடியோ பார்க்கும் போது எற்படுகின்ற மன நிலை எல்லாவற்றிலும் இந்த நீயுரா லிங்க் புராஜெக்ட் பின்னிப் பிணைந்து வர போகிறது.

குறிப்பாக, நீயுரா லிங்க்கின் நீண்ட நாள் கோரிக்கையை ஏற்று அமெரிக்காவின் FDA, *First in. human Clinical Trail* க்கு அனுமதியளித் திருக்கும் இந்நன்நாளில் இதை எழுத ஆரம்பிப்பதும் பொருத்தம் தான்.

29

கர்நாடக தேர்தல் முடிவுகள் வந்திருக்கும் இவ்வேளையில் சசிகாந்த் பற்றி எழுவதும் பொருத்தம் தான்.

நான் எப்போவெல்லாம் கொஞ்சம் மன சிக்கல்களுடன் Low வாக feel செய்கிறேனோ அப்போதெல்லாம் இந்த மாதிரியான நிகழ்வுகள், செய்திகளை விரும்பிப் படிப்பேன். இந்த ஹீரோக்களை நினைக்கும் போது நமக்கு நடப்பது ஒன்றுமே இல்லையென்றாகி விடும். அந்த வகையில் எனது இன்றைய நம்பிக்கைச் சுடர் தம்பி சசிகாந்த் செந்தில்.

தம்பி சசிகாந்த் செந்திலுக்கு 43 வயதுதான் இருக்கும். பிறந்த வருடம் 1979). சென்னை பெரம்பூரைச் சேர்ந்தவர். Pure Upper middle class family. தந்தை மாவட்ட நீதிபதி. தாய் மத்திய அரசு அதிகாரி. செல்லமகன். வழக்கம் போலவே தந்தையின் கனவுப்படி மின்னவியல் பொறியாளர் ஆனார். போலாரிஸ் கம்பெனியில் வேலை. கை நிறைய சம்பளம். இது வரை கதை எல்லாரையும் போல தான். ஆனா என்ன... சினிமா இடைவேளை மாதிரி ஒரு திருப்பம்.

2002 ல் மென்பொருள் பொறியாளர் வேலையை உதறிவிட்டு தமிழ் நாடு அரசு தேர்வாணையத்தின் க்ரூப். தேர்வுக்குத் தயாராகிறார். ஆனால் தோல்வி தான் கிடைக்கிறது.

சரி என்று. U Turn எடுத்து IAS தயாராகிறார். ஆனால் அப்போது தெரியாது அடுத்த ஏழு ஆண்டுகள் அவர் வாழ்க்கையைப் பணயம் வைக்க வேண்டும் என்று. இப்போது கேட்டால் ஏழு வருசம் ஆகும்ன்னு முதல்லேயே தெரிந்திருந்தால் அந்தப் பக்கமே தலை வைத்து படுத்து இருக்க மாட்டேன் என்று சிரிக்கிறார்.

ஆமாம் 2002 லிருந்து 2009 வரை ஒரே போராட்டமான வாழ்க்கை.

அடிப்படை வசதிகளில் குறைவில்லை தான். ஆனால் கூட படித்தவர்கள், கூட வேலை செய்தவர்கள், சுற்றத்தினர் கொடுத்த Mental *pressure* இப்போதும் நினைவு கூர்கிறார்.

சமீபத்தில் வெளியான நடிகர் மணிகண்டன் பேட்டியில் சொன்னது போல இலக்கைத் தீர்மானித்துக் கொண்டு அதை நோக்கி அனுதினமும் ஒரு இஞ்சாவாது முன்னேற முடிவு செய்து தினமும் உழைத்துகொண்டே இருப்பது. *Practice* அப்புறம் *Perfection* என்று முன்னேறிக் கொண்டே இருந்தால் ஒரு நாள் நீங்கள் ஜெயித்தே தீருவீர்கள். எத்தனை நாள் தான் ஸார் நீங்க தோற்றுக் கொண்டே இருப்பீர்கள், என்று முத்தாய்பாக முடித்தார்.. வாய்ப்பு கிடைத்தால் பாருங்கள். *One of the best interview. seen in recent times).*

தம்பி சசிகாந்த் செந்தில் வாழ்கையிலும் இதெல்லாம் நடந்தது. என்ன ஒரு ஏழு வருட உழைப்பு, காத்திருப்பு தேவைபட்டியிருக்கிறது. 2009 ஆண்டு IAS ல் தங்கப் பதக்கத்துடன் இந்திய அளவில் ஒன்பதாகத் தேர்வானர்.

கர்நாடக கேடர் தேர்வு செய்தார். அப்போது தெரியாது வெறும் 12 வருடம் மட்டும் தான் இந்த IAS பணி என்று. கர்நாடகா மாநிலத்தில் பல்வேறு மாவடங்களில் பணி.

மாவட்ட ஆட்சியர் பணி எப்படி இருக்கும் எந்த அளவுக்கு அரசியல் தலையீடு இருக்கும் என்று இப்போது ஓரளவிற்கு எனக்கு இப்போது தெரியும்.

ஆனால் தம்பி சசி தான் எடியூரப்பா. குமாரசாமி, பசவராஜ் பொம்மை போன்றவர்கள் நடத்தும் குதிரை பேர அரசியலை பார்த்து நொந்து நூலானார்.

ஒரு நாள் முதல்வர் அர்ஜூனை உங்களுக்குத் தெரியும். முதல்வன் பட வாயிலாக. ஆறு நாள் முதல்வரை தெரியுமா? ஹலோ ஹலோ சினிமாவில் இல்லை நிஜத்தில். எடியுரப்பா தான் அந்த ஏழு நாள் முதல்வர். 2018 ஆம் ஆண்டு May 17 to May 23 வரை.

பிறகு மத சார்பற்ற ஜனதா தளத்தின் நிறுவனர் திரு குமார சாமி அவர்கள் ஒரு வருடம் முதல்வர்.

அவரைக் கவிழ்த்து மீண்டும் நமது நட்சத்திர நாயகன் எடியூரப்பா மீண்டும் முதல்வர். ஆனால் இந்த முறை இரண்டு வருடங்கள் இரண்டு நாள். கர்நாடகா அரசியல் முழுவதும் அலசி பார்த்தால் முழுதாக ஒரு டெர்ம். அதாவது, ஐந்து வருடங்கள் முடிப்பது என்பது இமாலய சாதனை தான் போல.

திரு பங்காரப்பா. வீரப்ப மொய்லி, ஜெகதிஷ் ஷட்டர், குண்டு ராவ். சதானந்த் கவுடா, தேவகவுடா. நேற்றைய பசவராஜ் பொம்மை என்று ஒரு நீண்ட லிஸ்ட் உள்ளது. அனைவருமே ஓரிரு வருடங்கள். அரசியல் ஸ்திர தன்மை என்றால் என்னவென்று கேட்கும் மாநிலம் என்று நினைவில் வைத்துக் கொண்டால் போதும். தம்பி சசி இந்த மாறுவேட நாடகப் போட்டியில் சிக்கி சின்னாபின்னமானர்.

பிறகு எடுத்தார் அந்த முடிவை. எனக்கு இந்த ஆட்சி. மக்களிடையே மத வெறியைத் தூண்டி குளிர் காய்ந்து கொண்டு இவர்கள் அடிக்கும் கூத்துக்கள் பிடிக்கவில்லை. எனக்கென்று ஒரு கொள்கை, எனக்கென்று கட்சி என்று நினைத்துக் கொண்டு பதவியை ராஜினாமா செய்தார்.

இது நடந்தது 2020. மற்றவர்கள் மாதிரி 55 வயது வரை எல்லா அதிகாரங்களையும் அனுபவித்து விட்டு பிறகு மாநிலத்தின் உட்ச பட்ச அதிகாரமான தலைமைச் செயலர் வரை போய் கடைசியில் பணி ஓய்வு பெற்றவுடன் ஒரு கட்சியில் தன்னை இணைத்து கொண்டு போலி பொது சேவை செய்ய வரும் நம்ம ராம மோகன் ராவ் மாதிரியெல்லாம் இல்லை.

தன்னுடைய 40 வயதில் அனைத்தையும் விடுத்து, தான் கொண்ட கொள்கைக்காகக் களத்தில் இறங்கினார்.

அன்றிலிருந்து கடந்த இரண்டரை வருடம் கர்நாடகாவின் மூலை முடுக்கெல்லாம் சுற்றி வந்தார். கடந்த சனிக்கிழமை வெளியான இவரின் வார் ரூம் புகைப்படம் பிரசித்தமானது.

இனி வரும் வரப் போகும் நாட்களில் இவரை கட்சி எப்படி நடத்தும் அல்லது இவரின் அடுத்த கட்ட நடவடிக்கை என்ன நடக்கும் என்பதனை காலம் தான் முடிவு செய்யும்.

என்னுடைய ஆச்சரியமெல்லாம் இது தான்.

தங்கப் பதக்கம் வென்ற ஒரு மாவட்ட ஆட்சியர் தான் விரும்பும் அல்லது தன்னை ஈர்த்த ஒரு கொள்கைக்காக தன்னுடைய ஆட்சியர் பதவியை, அதுவும் 40 வயதில் தூக்கி எறிந்து விட்டு அரசியலில் களமாடுகிறார் என்றால் கண்டிப்பாக எனக்கு அவரை பார்த்தால் பிரமிப்பாக இருக்கிறது. உங்களுக்கு.

30

நான் கடந்த பதினெட்டு வருடங்களாக *Project Madurai* இல் ஒரு மூத்த தன்னார்வலர்.

இத்தனை ஆண்டுகளாக என்னை அதில் முழுமையாக ஈடுபடுத்திக் கொண்டு என் உழைப்பு மற்றும் நேரத்தை சந்தோஷமாக செலவழித்திருக்கிறேன். இது என்னுடன் நெருங்கி பழகிய நண்பர்கள் அனைவருக்கும் தெரியும்.

நிற்க. *Project Madurai* என்பது தமிழ் உள்ள அனைத்தையும் சங்க தமிழ் முதல் புது கவிதை, கதை, கட்டுரை, நாடகங்கள். ஹைக்கூ வரை எதெல்லாம் அரசுமையாக்கப்பட்டுள்ளதோ அல்லது எதிலெல்லாம் *Intellectual copy right issue* இல்லையோ. சில எழுத்தாளர்கள் மனமுவந்து *Rights* கொடை அளிப்பதும் உண்டு) அத்துனையையும் *Digitize* பண்ணி. கணினி மயப்படுத்துவது. சுருக்கமாகச் சொல்லப் போனால், தமிழ் தெரிந்த அல்லது தமிழ் படிக்க ஆர்வம் கொண்ட அனைவருக்கும் ஒரு *Click* ல் இரண்டாயிரம் வருடத் தமிழை முற்றிலும் இலவசமாக அளிப்பது. தமிழில் எது வேண்டுமோ அது *Project Madurai* இணையத்தில் இலவசமாக கிடைக்கும். ஊர், தூரம், நேரம், காலம்,விலை, போலி என்று எதுவும் தடையாய் இருக்க கூடாது என்று உயரிய நோக்கத்தோடு ஆரம்பித்த முயற்சி. (*Google* ல் *Project Madurai* என்று தேடிப் பாருங்கள்.)

பத்தே பத்து அயலக தமிழ் ஆர்வலர்களால் தொடங்க பெற்றது. நான் அதற்க்கு கொஞ்சம் நாள் கழித்து தான் என்னை அந்த குழுவில் இணைத்து கொண்டேன். இன்று உலகம் முழுவதும் கிட்ட தட்ட 800 பேர்களுக்கு மேல் இதில் வேலை செய்து கொண்டு உள்ளோம். பத்து நாட்கள் மட்டும் தற்காலிகமாக வேலை செய்தவர்களும் உண்டு. 19 வருடங்களாக தொடர்ந்து வேலை செய்பவர்களும் உண்டு. தற்காலிகமாக பணி செய்பவர்களை *Walk in* என்று அழைப்போம். அவர்களுக்கு நிரந்தர பதிவெண் கிடையாது

எல்லாருமே தன்னார்வலர்கள். 80% மேற்பட்டவர்கள் இந்தியாவிற்கு வெளியே உள்ளார்கள். நியூரோ சர்ஜனிலிருந்து, மென்பொருள் வல்லுநர்கள் அயல்நாட்டு வங்கி உயரதிகாரிகள், இருபது வயது இளைஞர்கள் முதல் எழுபது வயது முதியவர்கள் என்று எதிலும் வகைப் படுத்த முடியாத நபர்களைக் கொண்ட குழு இது. அவர்கள் அனைவரையும் இணைக்கும் ஒரே மந்திரம் “தமிழ்” இதிலேயே நிறைய பிரிவுகள் உண்டு. *Hierarchy System, Moderator/ Controller,* வெறுமனே தட்டச்சு மட்டும் எனப் பல பிரிவுகள். இதிலென்ன ஆச்சரியம் என்றால் பெரும்பான்மையானவர்கள் ஒருவரை ஒருவர் நேரில் பார்த்துக் கொண்டது கூட கிடையாது; எல்லாம் மின்னஞ்சல் தொடர்பு தான். எனக்கு நன்றாக நியாபகம் இருக்கிறது என் முதல் *Project Madurai* வேலையை 18 வருடங்களுக்கு முன் ஒரு *Pentium II Computer* 16 *MB RAM* ல் ஆரம்பித்த நாள்.கடந்த 2022 மே மாதம் வரை அதில் ஆக்டிவாக இயங்கிக் கொண்டிருந்தேன். எனக்கு கடந்த ஏப்ரல் மாதம் மதுரைக்கு பணிமாறுதல் அடைந்த போது எங்கள் குழுவிற்கு அறிவித்தேன். அனைவரும் அவ்வளவு சந்தோஷப்பட்டார்கள். நான் மிகவும் அதிர்ஷ்டசாலி என்று ஏகப்பட்ட பேர் மின்னஞ்சலில் வாழ்த்தினார்கள். *Project Madurai*. க்கு ஒருவன் மதுரையிலிருந்தே வேலை செய்யப் போகிறான். குழுவுக்கே பெருமிதம்.

ஆனால் நடந்தது வேறு. கடந்த. மாதமாக ஒரு சிறு துறும்பும் கிள்ளிப் போட இயல வில்லை.

ஆசைப்பட்டது ஆசைப்பட்ட நேரத்தில் ஆசைப்பட்ட விதத்தில் கிடைக்காமல் போவது அல்லது நாம் எண்ணியபடியே அனைத்தும் கிடைத்து அதை நாம் அனுபவிக்க முடியாமல் போவதன் பெயர் தான் வாழ்க்கை போலும்.

கமல் விருமாண்டி படத்தில் போகிற போக்கில் ஏஞ்சலா காத்தமுத்துவாக நடித்த. ரோகிணி” யிடம் சொல்லுவார். ‘சந்தோஷம் என்பது நாம் அதனை அனுபவிக்கும் போது தெரியாது.’ எவ்வளவு பெரிய நிதர்சனமான உண்மை. (ஏஞ்சலா காத்த முத்து பாத்திரம். அதை ரோகிணி கையாண்ட விதம். அவரின் வசனங்கள், உடை அமைப்பு, உடல் மொழி எல்லாம் இன்னொரு தனி *Post* ஆக எழுத வேண்டிய விஷயம்.)

31

நான் கடந்த 40 வருடத்திற்கு மேலாக வாசிப்புப் பழக்கம் உள்ளவன். அம்புலிமாமா, பால் மித்ரா வில் ஆரம்பித்து. பி.டி சாமி, தமிழ்வாணன் வந்து பிறகு பிகேபி, ராஜேஷ் குமார் என்று மாறி, அதற்கப்புறம் சுஜாதா, பாலகுமாரன் என்று மேலேறி. பிறகு தி.ஜா ரா. லாசாரா. சுந்தரராம சாமி என்று கடந்து பின் ஏனோ காரணம் தெரியாமல் சடாரென தடம் புரண்டு ரஷ்ய இலக்கியம் பால். may be influenced by. Ramakrishnan. Writer) சென்று தத்தாவெஸ்கி, துர்கனவ், ஆன்டன் செக்காவ் என்று வாசிப்பில் ஒரு ஒழுங்கும் இல்லாமல் ஒரு பலபட்டறையாக தான் இத்தனை வருடங்களாக இருந்திருக்கிறேன்.

இப்போது (அதாவது கடந்த இரண்டு வருடம் முன்பு வரை) வெறும் ஜெயமோகன்.. கதைகள் மட்டும். மற்றவை இவருக்குக் கை கூட வில்லை even so called "புறப்பாடு" auto biography கூட not up to the mark என்பது எனது தனிப்பட்ட கருத்து. இன்னொருவர் இதற்கு நேர் மாறு.

எஸ் ரா. இவரது போல பயணக் கட்டுரைகள். சுய விபர கட்டுரைகள் மிக அருமையான முறையில் இருக்கிறது என்பது என் தீர்மானம். Example எனது இந்தியா மறைக்கப் பட்ட இந்தியா. சென்னையும் நானும் இப்படி. ஆனால் இவருக்கு கதைகள் இன்னும் ஜெமோ அளவு கை கூட வில்லை. இடக்கை நாவல் உள்பட) என்பது எனது எண்ணம்.

கண்டிப்பாக இதனை எதிர்த்து எதிர் வினைகள் வரும். S.. knew that too. எங்கோ ஆரம்பித்து எங்கோ போகிறது topic.

இப்போதெல்லாம் நாளிதழ்கள் மாத, வார இதழ்கள் படிப்பதே இல்லை. நிறுத்தி விட்டேன் கடந்த சில ஆண்டுகளாக.

(காரணம், அதனை விட விரைவாக செய்திகளை தர Social Media வந்து விட்டது. அதிலிருந்து அறிந்து கொள்கிறேன்). அது

மட்டுமல்லாமல் ஒரு காலத்தில் நாம் கொண்டாடித் தீர்த்த காதலி, கால ஓட்டத்தில் சிதிலமடைந்த சித்திரம் போல நிற்பதை பார்ப்பதற்கு ஒப்பான மன அழுத்தைத் தரக் கூடியது இன்றைய நக்கீரன் 2.0 வாக மாறிய ஜூனியர் விகடன் பத்திரிகை. So வார மாத இதழ்கள் படிப்பதை நிறுத்தியாகி விட்டது.

இப்போது எல்லாம் சிற்றிதழ்கள் வருவது மிகவும் குறைவு. அல்லது அதை வாங்குவதில். கிடைப்பதில் உள்ள சிக்கல்கள்.

ஆனால் எனக்கு ஒரு பேராசை. சிற்றிதழ்களின் தரத்தோடு வார இதழ்களின் வீச்சுடன் ஒரு ஹைபிரிட் மாடல் பத்திரிகை வந்தால் எப்படி இருக்கும் என்று யோசனை செய்வேன்.

‘கண்டு கொண்டேன், கண்டு கொண்டேன்’

ராஜிவ் மேனன் பட பாட்டு போல மனம் பாடத் தொடங்கி சில மாதங்களாகிறது. ஆமாம்

ஒன்று. சமஸ் கொண்டு வருகிற “அருச்சொல்”

இரண்டு புதிய வரவான பா.ரா. வின். நமது மௌலி சார் பங்களிப்புடன்) வருகின்ற “மெட்றாஸ் பேப்பர்“

இரண்டிலும் தரம் உத்திரவாதம். வீச்சு எல்லாம் பக்கா

எனவே இந்த வாரப் பரிந்துரை;

சமஸ் கொண்டு வருகிற அருச்சொல் பத்திரிகை

பா.ரா. வின் மெட்ராஸ் பேப்பர்

அன்புடன்

“அகரம்” என்ற படத்தை நம்மில் பல பேர் பார்த்திருக்கக் கூடும். பாலசந்தரின் உற்ற தோழனாக. ஆழ்வார்பேட்டை ஆண்டவரின் குருவாக விளங்கிய திரு அனந்து Direct செய்த படம். Beautiful making. But வெகு ஜனங்கள் ஏற்றுக் கொள்ளாததால் கவிதாலாயவுக்கு இன்னொரு டிஸாஸ்டர் ஆக மாறிய படம். இந்தப் பதிவு அந்தப் படத்தை பற்றியது அல்ல. அந்தப் படத்தில் வரும் ஒரு வசனத்தைப் பற்றியது. கதையின் படி SPB ன் மகனாக வரும் ஆனந்த் பாபு காதல் தோல்வியால் குடிகாரன் ஆக சித்திரிக்கபட்டிருப்பார். அப்போது road side ல் லவ் failure ஆனதால் saxophone வாசித்துக் கொண்டு அவர் பேசும் வசனம் தான் கடந்த சில நாட்களாக உள்ளுக்குள் ஓடி கொண்டிருக்கிறது. அவர் சொல்வார் ஒரு கலைஞனின் மிக சிறந்த படைப்புகள் எல்லாம் அவன்

சோகத்தில் அல்லது மன அழுத்ததில் இருக்கும் போது பிறப்பது தான் என்று. (*Some of legends are exempted*. அப்போது அதைக் கேட்ட போது எனக்கு "கேண" தனமாக தோன்றியது... இந்த 50 வயதில் ஒரு வேளை அப்படியும் இருக்குமோ என்று தோன்றுகிறது.

ஏன் என்றால் நான் ஒரு கலைஞனோ. எழுத்தாளனோ அல்லது குறைந்த பட்சம் ஒரு சுமாரான கதை சொல்லி கூட கிடையாது. நான் சாதாரணன்.

ஆனால் நானே கடந்த சில மாதங்களாக கிட்ட தட்ட தினமும் ஏதாவது இரண்டு பக்கம் *write up* எழுதுகிறேன். அதில் சிலவற்றை உங்கள் பார்வைக்கு வைக்கிறேன். பலவற்றை எனக்குள்ளே குறிப்புகளாகப் பத்திரப் படுத்துகிறேன். யோசித்துப் பார்த்தால், ஏன் கடந்த சில மாதங்களாக இப்படி இருக்கிறேன். ஏதோ ஒரு மன அழுத்தம் (கண்டிப்பாக குடும்ப ரீதியாக இல்லை). அலுவலக ரீதியாகவோ அல்லது வேறு என்னவோ. *Not known*. சரி சரி டாபிக்குக்கு வருகிறேன்.

இன்று உலகமே *Green Energy*. *Clean Energy* தான் உலகை உய்விக்க வந்த மகான் என்ற பிம்பம் பரப்ப படுகிறது அது எந்த அளவுக்கு உண்மை எத்தனை சதவீதம் உட்டாலக்கடி என்ற சம்சயம் எனக்கு. எனவே இந்த *topic* பற்றி நிறைய தேடிப் படிக்க ஆரம்பித்தேன். நிறைய புத்தகங்கள் படிக்க வேண்டி இருந்தது. சில *Docu Series* பார்த்தேன். (இதெற்கெல்லாம் எப்படி நேரம் கிடைக்குது? இவன் அலுவலகத்தில் சும்மா பல் குத்திக் கொண்டு உட்கார்ந்து இருப்பதைப் போன்ற சித்திரம் உங்கள் மனதில் தோன்றினால் நல்ல அழிரப்பர் கொண்டு அதை அழிக்கவும்.. *am simply drowing at my work place as ever one does* .) அதனை எல்லாம் தொகுத்து குறிப்பு எடுத்து வைத்துள்ளேன். அந்தக் குறிப்புகளை உங்கள் பார்வைக்கு வைக்கிறேன். பிறிதொரு நாள் இதனை பற்றியும் நான் எழுதக் கூடும்.

அடுத்ததாக,

நிறைய பேர்கள் படித்திருப்பீர்கள் என்று தெரியும். ஏனோ தெரிய வில்லை. நேற்று ஜெய மோகனின் "அறம்" சிறுகதை தொகுப்பில் சில கதைகளை மீள் வாசிக்க நேர்ந்தது.

(தமிழில் படிக்கும் பழக்கம் உள்ளவர்கள். இது வரை அறம் சிறுகதை தொகுப்பு படிக்காதவர்கள் *Atleast* இந்தச் சிறுகதைகளையாவது படிக்க பரிந்துரை செய்கிறேன்.

1. நூறு நாற்காலிகள்.. சிறுகதை என்ற பெயரில் சற்றே பெரிய கதை. "நாயாடிகள்" சமூகத்தைப் பற்றியது. ஒரு வேளை என்னுடைய இருபது வயதில் இதைப் படிக்க நேர்ந்து இருந்தால் கண்டிப்பாக என்னுடைய Carrier. மாற்றி கொண்டிருப்பேன் என்று தோன்ற வைத்த கதை.)

2. வணங்கான். One of the Master piece

3. சோற்றுக் கணக்கு.. படித்து ஆண்டுகள் பல கடந்திருந்தாலும் இன்னுமும் பாதிப்பு ஏற்படுத்துகிற கதை.

Last but not least யானை டாக்டர். பணியின் நிமித்தமாக மூன்று மாதங்களுக்கு இரண்டு முறையாவது கொடைக்கானல் செல்ல வேண்டிய நிர்பந்தம். கடந்த வருடம் பணியின் நிமித்தம் கொடைக்கானல் தடை செய்யப்பட்ட வனப்பகுதிக்குள் வனதுறையினருடன் சுற்றி அலைய வேண்டிய கட்டாயம். காடுகள். மற்றும் வன உயிரினங்களைக் குறிப்பாக, யானைகளைப் பற்றிய என் முன் தீர்மானங்களை மாற்றி அமைத்த கதை. Atleast இந்த நான்கு கதைகளை உங்களுக்கு பரிந்துரை செய்கிறேன்.

32

“பொன்னியின் செல்வன்” விமர்சனம் இல்லை இது.

இன்று தமிழ் கூறும் நல்லுலகே தோள்களைத் தூக்கியவாறு ஆரவாரித்துக் கொண்டாடிக் கொண்டு இருக்கும் “பொன்னியின் செல்வனை” கடந்த வாரம் மதுரையில் முன்னாள் மாணிக்க வினாயகர். மாப்பிளை வினாயகர் மற்றும் இந்நாள் “சண்முகா சினிமாஸ்” திரையரங்கில் கானும் பாக்கியம் பெற்றேன்.

படம் எனக்கு எந்த ஒரு சிறு சலனத்தைக் கூட ஏற்படுத்த வில்லை. காரணம், நான் அந்த புதினத்தைப் பலமுறை படித்ததாக இருக்கலாம். அல்லது பம்பாய் கண்ணன் கிட்டதட்ட 100 Hoursக்கு மேல் ஓட கூடிய பொன்னியின் செல்வன் ஒலிச் சித்திரத்தை எனது மும்பை நாட்களில் கேட்டதாக இருக்கலாம். ஏனோ தெரியவில்லை என்னால் இந்தப் படத்தை *just like* கடந்து போக முடிகிறது என்பது எனக்கே ஆச்சரியமாக இருந்தது.

ஆனால் நேற்று சும்மா SUN NEXT ல் செல்வராகவனின் “ஆயிரத்தில் ஒருவன்” படத்தை மறுமுறை பார்த்தேன். மிகுந்த மன அயர்ச்சியாகப் போய் விட்டது. எப்பேற்பட்ட படத்தை நாம் கொண்டாடத் தவறி இருக்கிறோம் என்று. இத்தனைக்கும் அந்தப் படத்தைத் திரையரங்கில் சென்று பார்த்தவன் தான். அப்போது அந்தப் படம் போரடித்தது .

ஆனால் இந்த இடைப்பட்ட 12 வருடங்களில். பொன்னியின் செல்வன்” ஒலி சித்திரத்தைக் கேட்டு பிறகு அதனை மணிரத்தினத்தின் கைவண்ணத்தில் வெள்ளித் திரையிலும் பார்த்து விட்டு ஒரு மீள் பார்வையாக செல்வாவின் “ஆயிரத்தில் ஒருவனை”ப் பார்க்கும் போது பிரமிப்பாக இருந்தது. செல்வா மற்றும் அவர்ப் பட குழுவினர்களின் உழைப்பை தமிழ்ப்பட ரசிகர்களான நாம் கொண்டாடத் தவறியிருக்கிறோம் என்று தோன்றியது.

செல்வாவின் "ஆயிரத்தில் ஒருவன்" இப்போது பார்க்கும் போது எந்த இடத்திலும் ஒரு சிறு லேகிங் கூட இல்லை. அப்போதே குறைந்த பட்ஜெட்டில். இப்போதைய பொன்னியின் செல்வனின் பட்ஜெட்டை கம்பேர் செய்யும் போது) மிகக் குறைந்த *VFX team* வைத்து கொண்டு ஒரு *excel* ஆன படத்தை தந்திருக்கிறார்.

ஆச்சர்யமாக கார்த்தி இப்போதைய வந்திய தேவன் பாத்திரத்தை நினைவூட்டுகிறார். பார்க்கும் பெண்களிடம் எல்லாம் காதல் கொள்வது, விஷயம் புரியாமல் நிறைய இடங்களில் வாயை கொடுத்து மாட்டிக் கொள்வது, ஆழம் தெரியாமல் காலை விடுவது பின் அதற்காகத் தன்னைத் திட்டிக் கொள்வது, வீரத்துடன் இருப்பது, கடைசியில் பொறுப்பை உணர்ந்தவுடன் அதற்கு நேர்மையாக ஒரு உண்மையான சோழ தேசத்து தூதுவனாக மாற்றம் கொள்வது என படு கச்சிதம். *So* கார்த்தி இப்போதைய வந்திய தேவனுக்காக 12 வருடங்களுக்கு முன்பே டிரைனிங் எடுத்து விட்டார். அடுத்ததாக பார்த்திபன். படம் முடிவடையும் தறுவாயில் மலை உச்சியில் . ரீமா சென்" னிடம் ஏமாந்து விட்டோம் என்று தெரிய வரும் போது காண்பிக்கும் அதிர்ச்சி. தன்னால் இந்தத் தவறு நிகழ்ந்து விட்டது என்ற கழிவிரக்கத்தில் குறுவாளால் தன் கழுத்தை அறுத்துக் கொள்ள முயல்வது, சோழ முன்னோர்கள் தீட்டி வைத்துள்ள ஓவியங்கள் கண்முன்னே நடக்கும் போது அவரின் நடிப்பு. உண்மையிலேயே ஒரு சோழ மன்னன் இப்படி தான் இருந்திருப்பான் என்று தோன்ற வைத்து விட்டார்.

இன்னொரு அற்புதம் ரீமா சென்.

(அதற்கு முன் ஒரு இடைச் செருகல். பொன்னியின் படம் பார்த்து வந்த நாளன்று ஒரு *Twitter* நண்பர் ஒருவர் கேட்டார். 'ஏன் பங்கு... அப்போ உண்மையிலேயே "பாண்டியர்கள்" எல்லாம் டம்மி பாபா வா' என்று. அதற்கு சக அன்பர் ஒருவர் பதில் அளிக்கையில், ஆமா பெரிய பாண்டியர்கள். பொண்டாட்டி தலைய மோந்து பாத்துட்டு உண்மையிலே மணம் இருக்கா இல்லையான்னு பட்டிமன்றம் நடத்தி கிட்டு இருந்தாங்க .இடையில ஒரு பெரிசு இத ஏன் நீ மொதல்லயே எங்ககிட்ட கேக்கலன்னு பஞ்சாயத்து வேற ன்னு பதில் சொன்னார். ஒரே சிரிப்பு அனைவருக்கும். இடையில் புகுந்து நான் "மாற வர்மன் சுந்தர பாண்டியன் தெரியுமா? அத்தனை ஆண்டு கால சோழர்கள் மீதான கோபத்தையும், வெறியையும் சேர்த்து வைத்துக் கொண்டு சோழர்களை, சோழ தேசத்தைச் சொல்லி சொல்லி அடித்தான். தஞ்சையைத் தீக்கிரையாக்கினான். ராஜராஜன் ராஜேந்திரன்

சமாதிகளைத் தேடித் தேடிக் கண்டுபிடித்து ஏர் விட்டு உழுது எள் பயிரிட்டான். என்றேன். ஆச்சர்யமாக தஞ்சை பெரிய கோவிலை தொடக் கூட இல்லை)

இன்றும் கூட ராஜராஜன் ராஜேந்திரன் சமாதி எங்கிருக்கிறது என்று தொல்லியல் ஆய்வாளர்கள் தேடி கொண்டிருக்கிறார்கள்" என்று.)

பாண்டியர்களின் அந்த உறுதியை, Consistencyஐ. வெறியை ஒரு மேற்கு வங்க பெண்ணால் அற்புதமாக வெளிக் கொண்டு வர முடிந்தது என்றால் செல்வராகவனின் உழைப்பை ஆளுமையை புரிந்து கொள்ள இயலும்.

எனக்கு ஒரு விஷயம் புரியவில்லை.ஒப்பீட்டளவில் சோழர்கள் கொண்டாடப் பட்ட விதத்தில் ஏன் பாண்டியர்கள் கொண்டாட படவில்லை. அது ஆய்வு நூல்களோ, கட்டுரைகளோ ஏன் வரலாற்று புதினங்களோ நாவல்களோ சோழர்களுக்கு நிறைய இருக்கின்றன ஆனால் பாண்டியர்களுக்கு இங்கொன்றும் அங்கொன்றுமாக தான் தென்படுகின்றன.

பொதுவாக பாண்டியர்களின் கொடுக்கல் வாங்கல், பெண் கொடுத்தல், எடுத்தல் என்று நிறைய நடந்தது இலங்கையுடன் தான். மற்றும் நிறைய Internal Conflicts வேறு. முத்தாய்ப்பாகச் சகோதர சண்டையின் உச்சத்தில் மாலிக் கபூர்க்கு சிவுப்பு கம்பளம் விரித்ததாக இருக்கலாம் என்பது என் அனுமானம்.

தமிழர்களுக்கு ஒரு அன்னியனை உள் நுழைய விட்டது பிடிக்க வில்லை என்று நினைத்துக் கொண்டேன்.

௩௩

டிக்கெட் போட்டாச்சு.

எதேச்சையாக சில மாதங்களுக்கு முன் நான் எழுதிய *State Sponsored Violence* அல்லது அரச பயங்கரவாதத்தைப் பற்றி அலசும் அல்லது விவாதிக்கும் படம் என்பதால் கூடுதல் ஆவலுடன் காத்திருக்கிறேன்.

இந்தத் தொடருக்காக வாச்சாத்தி முதல் மாஞ்சோலை பிரச்சினை வரை நிறைய குறிப்புகள் எடுத்து வைத்திருந்தேன்.

அடுத்த, அடுத்த சேப்டர்களாக எழுதும் உத்தேசத்துடன். ஆனால் வேலைப் பளுவில் முடியவில்லை. ஆனால் என்றாவது ஒரு நாள் கண்டிப்பாக எழுதுவேன்.

அப்போதே புலவர் கலியபெருமாள், தமிழரசன் பற்றி எல்லாம் தேடி தேடி படித்து குறிப்புகள் எடுத்தேன். இவர்கள் எல்லாம் யார்? எப்படி உருவானார்கள்? என்ன சிந்தாந்தம் இவர்களுடையது? என்ன தான் வேண்டும் இவர்களுக்கு?. எது இவர்களை இயக்கியது? ஏனென்றால் இவர்கள் எல்லாம் ஒன்றும் படிக்காத தற்குறிகள் எல்லாம் கிடையாது.

மெத்த படித்தவர்கள். பொறியாளர்கள். கணித விற்பன்னர்கள். மேல்நாட்டில் பணிபுரிந்த அறிவியல் வல்லுனர்கள். இதில் சில பேருக்கு நிறைய சொத்துக்கள் வேறு. அதெப்படி அனைத்தையும் துறந்து ஒருவரால் இப்படி மாற முடிகிறது?

அப்படி மாற எது தூண்டியது?

இதில் எனக்கு மிக பெரிய ஆச்சரியம் மக்களுக்காகப் போராடும் ஒருவர் அல்லது போராடுவதாக நினைத்து கொண்டிருக்கும் ஒருவர் (திரு தமிழரசன்) எப்படி ஒரு வங்கிக் கொள்ளையின் இறுதியில் ஊர் மக்களால் கல்லாலேயே அடித்து கொல்லப் படக் கூடும். எங்கே தவறாகி போனது? இப்படி நிறைய யோசனைகள் எனக்கு அப்போது.

இதில் எத்தனை பேர் திரைப்படங்களை காண்பதில் ஆர்வமாக இருப்பீர்கள் என்று தெரியாது. ஆனால் நான் திரையரங்கின் இருளில் ஆயிரக்கணக்கான மக்களுடன் அமர்ந்து படம் பார்ப்பதை மிகவும் விரும்புவேன். அதுவும் நல்ல, மக்கள் கொண்டாடும் படங்கள் என்றால் கேட்கவே வேண்டாம்.

ஒரு முறை ஆசான் சுஜாதா சொன்னது போல "ஒரு கிரிக்கெட்டை நேரில் பார்ப்பததை விட பல மடங்கு துல்லியமாக வெவ்வேறு கோணங்களில் தொலைக்காட்சியில் லைவ் ஆக காணமுடிகிறது. ஆனாலும் பல்லாயிரக்கணக்கான ரசிகர்களுடன் ஸ்டேடியத்தில் அமர்ந்து அவர்களில் ஒருவனாகி கத்தல், கூச்சல்களுடன் பார்ப்பது என்பது ஒரு பேரனுபவம் தான்.

எல்லா ரிவ்யூகளும் படத்தைச் சிலாகித்துக் கொண்டாட இந்த ஒன்று மட்டும் வேறு ஒரு அரசியல் கோணத்தில் படத்தை அணுகி இருப்பது ஆச்சரியம் தான்

★★★

விடுதலை பகுதி ஒன்று படம் பார்த்தேன்.

நன்கு கற்று தேர்ந்த. கற்றதை எளிதாக பார்வையாளர்களுக்கும் கடத்தி விட முடிந்த ஒரு பேராசிரியரின் வகுப்பறையில் இரண்டரை மணி நேரம் இருந்தது போல் இருந்தது.

இந்தப் படம் பேசும் அரசியல், அதன் நுட்பங்களைப் பற்றி விரிவாக பின்னர் விரிவாக எழுதுகிறேன்.

முன்பே நான் சொன்ன மாதிரி *State Sponsored Terrorism/*. அரச பயங்கரவாதத்தைப் பற்றி தான் படம் பேசுகிறது. ஆச்சர்யமாக முன்பே நான் பேசிய, எழுதிய நிறைய விஷயங்களைப் படத்தின் தூணாக நிற்கும் விசே பேசுவதாகக் காட்டுகிறார்கள்...என்ன அதெல்லாம் இரண்டாம் பாகத்தில் வருகிறது.

கனிம வளங்களை உள்ளடக்கிய ஒரு மலை. அதில் வாழும் எளிய மக்கள். ஒரு அன்னிய நிறுவனம் மலையின் கனிம வளங்களைக் காசாக்க அரசுத் துணையுடன் வருவதை எதிர்க்கும். இளைஞர்கள், அவர்கள் தேர்தெடுத்த பாதை அவர்களை இந்த அரசு இயந்திரம் காவல் துறை வாயிலாக. எப்படி நடத்துகிறது என்பது தான் படத்தின் பேக் டிராப்.

இது மட்டுமே இருந்திருந்தால், இந்தப் படம் இப்படி ஒரு பேசு பொருளாய் மாறியிருக்காது.

எங்கே திரு வெற்றி மாறன் ஜெயிக்கிறார் என்றால், அவர் இந்த கேன்வாஸை அணுகிய விதம். அதன் Detailing. குறிப்பாக, ஒரு மாநிலத் தலைமைச் செயலர் கோணத்தில் இருந்து அணுகுவது. ஒரு படித்த IPS Officer. கோணத்தில், ஒரு கடை நிலை காவல் துறை ஊழியரின் கோணத்தில், எளிய மக்கள் பார்வையில் புரட்சிகர சிந்தனை கொண்ட இளைஞர்கள் பார்வையில் என Multi Dimension கோணத்தில் அணுகியது தான் படத்தை வேறு தளத்திற்கு கொண்டு சென்றிருக்கிறது.

குறிப்பாக, ஒளிபதிவாளர் வேல்ராஜ். கிளைமேக்ஸ் காட்சிகளில் நாமும் அவர்களுடன் சேர்ந்து சந்து சந்தாக ஓடிக் கொண்டிருக்கும் பிரமிப்பை வழங்கியது. கிழடானாலும் சிங்கம் எப்போதுமே சிங்கம் தான் என்பதை இளையராஜா புரிய வைக்கிறார் BGMல்

ஆச்சர்யர்கரமாக "விசேவின்" கதாபாத்திரம் பொன்பரப்பி தமிழரசனை நியாபகபடுத்துகிறது, சிகை அலங்காரம் உட்பட.

நேரம் கிடைக்கையில் விரிவாக எழுதுகிறேன்

நன்றி

ஒரு வழியாக பெங்களூர்க்கு வந்து செட்டிலாக தொடங்கி விட்டோம். 80% வீட்டு வேலைகள் முடிந்து விட்டன. கடந்த ஒரு மாதமாக Shifting வேலைகள் தான். இனி அடுத்த ஒரு மாதமும் சற்று தடுமாற்றமாக தான் இருக்கும்.

பறவைகளுக்கும் துறவிகளுக்கும் நிரந்தர முகவரி இல்லை என்பார்கள்.

ஆனால் அடுத்த வினாடி ஒளித்து வைத்திருக்கும் ஆச்சர்யங்கள் ஏராளம். அதைத் தேடிப் பயணப்படுகிறேன்.

34

பல பேருக்கு திடீரென்று நான் ஒரு சார்பு நிலை கொண்டு எழுதுவதாகவும். நிறைய தற்பெருமை பேசுபவனாகவும் மாறிப் போனேன். சில பேருக்கு நான் ஹீரோவாக. சமுக அக்கறையுள்ள "சமுத்திரகனி" யாக மாறியதையும் சொல்ல தான் வேண்டும்.

அதுவும் வரப் போகின்ற மூன்று மாதங்கள் (மார்ச் 31 வரை)கடும் வேலைப்பளூ மற்றும் மன உளைச்சலைக் கொண்டு வரக் கூடிய மாதங்கள்.

இந்த 51 வயதில் குறைந்தது 12 முதல் 14 மணி நேரம் வரை உழைக்கிறேன். உடல் உழைப்பு இல்லையென்றாலும் சில சமயம் *Mentally. drained*. அதில் இந்தப் பஞ்சாயத்துகள் வேற.

சரி விஷயத்துக்கு வருவோம். எனக்கு தமிழகத்தில் ஏன் இந்திய அளவில் எந்த அரசியல் கட்சியும் பிடித்தமானதாக இருக்க வில்லை.

இப்போது தான் 49. ஒரு Option ஆக EVM. இருக்கிறது. இந்த Option இல்லாத காலத்திலேயே வாக்கு சாவடியில் போலிங் அதிகாரிகளுடன் விவாதம் செய்து ஒரு சில தாள்களில் என்னுடைய 49. (*Voted but Refused to Select*) வை பதிவு பண்ணி இருக்கிறேன். இது கடந்த 20 வருடமாக நடக்கிறது.

சரி, உண்மையை சொல்லு உனக்கு எந்த அரசியல் தலைவரையும் பிடிக்க வில்லையா என்றால், எனக்கு தோழர் நல்லகண்ணு. கம்யூனிஸ்ட் கட்சி. மீது லேசான மிக லேசான ஒரு *Soft Corner* உண்டு. அதற்காக தான் நான் எழுதியுள்ள. இன்னும் அச்சுக்கு போகவில்லை. புத்தகத்தில் முதல். சாப்டர்களில் கம்யூனிஸ்ட் கட்சியைப் போட்டுப் பொளந்தேன்.

(வாய்ப்பு கிடைத்தால் மறுபடி ஒரு முறை அந்த அத்தியாயத்தைப் படித்துப் பாருங்கள். *Link* வேண்டுமானாலும் அனுப்புகிறேன்.

அந்த அத்தியாயம் இப்படி தான் நிறைவுக்கு வரும்

"செங்கொடி தோழர்காள் உங்கள் கைகளிலும் சிறிது ரத்தம் ஒட்டி கொண்டிருக்கிறது.

இதில் சிறிது என்ற வார்த்தை நிறைய யோசனைகளுக்கு அப்புறம் பயன்படுத்தியது.

சமூக எதிரிகளை அடிப்பது அப்புறம், எனக்குப் பிடித்த நல்லகண்ணு அய்யா அவர்கள் சார்ந்துள்ள கம்யூனிஸ்டு கட்சியைக் கடுமையாக விமர்சித்து தான் அந்த புத்தகமே தொடங்கும்.

ஏன் இதெல்லாம் இப்போது என்றால், சிலருக்கு திடீரென்று நான் ஒரு சார்பாக எழுதுவதாகவும் தேச பற்று இல்லாதவனாகவும் சித்தரிக்க படுகிறேன்.

But. really don't bother.

நான் அந்தக் குறிப்பிட்ட விவாதத்தில் பதில் கூறும் போது,

"ஐயன்மீர் தேசப் பற்று என்பது எனது உள்ளாடை போன்றது. அத்தனை அவசியம் மற்றும் ஆதாரம். ஆனால் அதை நான் அணிந்திருக்கிறேன் என்பதாலேயே அதனை அவ்வப்போது எடுத்து காட்ட வேண்டிய அவசியம் இல்லை" என்று பதில் கூறி ஒரே பஞ்சாயத்தாக போனது

சரி... இன்றைய பஞ்சாயத்தை ஆரம்பிப்போம்.

Disc: Views are purely my personal

சரி .கடந்த வருடம் வரை திரையரங்குகளில் தேசியகீதம் இசைக்கப் பட்டதைப் பற்றி உங்கள் கருத்து, நிலை என்ன?

நான் ஒரு போதும் திரையரங்குகளில் இசைக்கப்படும் தேசிய கீதத்திற்கு எழுந்து நின்றதில்லை. தமிழகத்தில் மட்டுமல்ல மும்பை போன்ற நகரங்களில் கூட. அதற்காக நிறைய முறை எல்லாராலும் Bully பண்ணப் பட்டிருக்கிறேன். ஆனாலும் என் நிலையை மாற்றிக் கொண்டதில்லை. அதற்காக எனக்கு தேசபக்தி இல்லையென்றாகி விடாது.

இந்திய தேசிய கீதம் என்பது மன உணர்வு சம்பந்தபட்டது. பள்ளிகளில், அரசு விழாக்களில். கூட்ட அரங்குகளில் ஏன் ஒரு கடை கோடி கிராம அலுவர்கள் கூட்டங்களில் ஆரம்பத்தில் தமிழ்த்தாய் வாழ்த்தும் இறுதியில் தேசிய கீதமும் இசைக்கச் சொல்லி முன்னரே சொல்லி விடுவேன். தமிழ்த் தாய் வாழ்த்தும், தேசிய கீதமும் இசைக்கும் போது நெஞ்சு நிமிர்த்தி உணர்வுபூர்வமாக சிறிது சத்தமாகக் கூட பாடியுள்ளேன். சில பேர் தேசிய கீதத்தை முனுமுனுக்கும் போது நான்

"ஏங்க நம்ம தேசிய கீதத்தை நாம சத்தமாகப் பாட வில்லையென்றால் வேறு யார் பாடுவார்கள்?" என்று சக அதிகாரிகளை மற்றும் வங்கியாளர்களைப் பார்த்துக் கேட்டுள்ளேன்.

ஆனால் அதே நான்தான் திரையரங்குகளில் இசைக்கப்படும் தேசியகீதத்திற்க்கு எழுந்து நிற்க வில்லை.

என்னுடைய *Point*. திரையரங்கு என்பது ஒரு பொழுது போக்குத் தளம். அங்கே வந்து தேசியகீதம் இசைத்து நீ எழுந்து நில்லு. சத்தமா பாடு என்று வற்புறுத்தக்கூடாது. மேலும் தேசத்தின் மீதும் தேசிய கீதத்தின்மீதும் பற்று என்பது சுய மன எழுச்சியாக வர வேண்டும்.

ஒரு நாடு அதன் குடிமகனுக்கு /மகளுக்கு செய்து கொடுக்கும் குறைந்த பட்ச அடிப்படை வசதிகளான *Basic Health Infrastructure, Educa tion, Road, Electricity. Consumer Price Index, freedom of speech* போன்றற்றால் தன்னெழுச்சியாக நாட்டின் மீது பற்று வர வேண்டும். அதை விடுத்து திரையரங்குகளில் தேசிய கீதம் இசைப்பதால் தேசப்பற்று வளரும் என்று க்ரிஞ்ச் பண்ணக் கூடாது.

35

மேகாலயாவில் உள்ள ஒரு மலை கிராமம். கிராமம் என்று தனியே பேர் எதுவும் இருந்த மாதிரி தெரியவில்லை. நாங்கள் பாரா பஜார் உப்பர் வாலா என்று தான் மற்றவர்களிடம் அறிமுகப் படுத்தி கொள்வோம். முழுவதும் மரத்திலான கண்ணாடி ஜன்னல்கள் கொண்ட இரண்டு படுக்கை அறை வீடு. நான் மட்டுமே கிட்ட தட்ட இரண்டு வருடங்களுக்கு மேல் அந்த வீட்டில் தனிக்குடித்தனம் இருந்தேன். அருகில் ஹவுஸ் ஓனர் வீடு. அதில் ஒரு வயதான பாட்டி. அவர் பேத்தி அங்கிதா வுடன் இருந்தார். என் மகள் வயது அங்கிதாவுக்கு. எனவே என்னால் அவர்களுடன் இயல்பாகப் பழக முடிந்தது.

Google Drive ல் போட்டோ இருக்கும்; எடுத்துப் போடுகிறேன்

நான் மேகாலயா வில் மூன்று வருடம் பணிபுரிந்த போது எனது குடும்பம் சென்னையிலும் நான் மேகாலாயாவிலும் இருக்க வேண்டிய சூழல். இரண்டு மாதங்களுக்கு ஒரு முறை தமிழ் நாடு வருவேன். ஆனால் அந்த வீடு. அந்த மலை கிராமம் எனக்கு மிகவும் பிடித்தமானது. வீட்டிற்கு வெளியே வந்து பார்த்தால் முழுவதும் காடாகத் தெரியும். தினசரி டே டைம் வெப்பநிலை சராசரியாக பத்து டிகிரி செல்சியஸ். இரவு அது வெறும் இரண்டு அல்லது மூன்று டிகிரியாக குறைந்து விடும்.

அலுவலகத்தில் ஷில்லாங் ல் *EXTREMIST*. நிறைய பேர்கள் இருக்கிறார்கள். அவர்களுக்கு வெளி நபர்களைக் கண்டால் (அதாவது சீமான் பாஷையில் சொன்னால் வந்தேறிகளைப் பிடிக்காது). அது ஒரு வகையில் உண்மையும் கூட. (எனக்கே அந்த அனுபவம் நிகழ்ந்திருக்கிறது. பின் எப்படி அதிலிருந்து மீண்டு வந்தேன். அப்புறம் எப்படி அவர்களில் ஒருவர் ஆனேன் என்பது தனிக்கதை. பிறிதொரு நாள் சொல்கிறேன்.)

ஆனால் எனது அலுவலகத்தில் அவ்வளவு பயமுறுத்திய போதும் (இந்த இடத்தில் அங்கு மாற்றலாகி வரும் அதிகாரிகள் தங்கும் வீடுகளைப் பற்றிச் சொல்ல வேண்டும். ஒரு மிகவும் பரபரப்பான மெயினான இடம் .நமது அண்ணா சாலை போல வைத்து கொள்ளுங்கள். அவ்வளவு பெரிது இல்லை. ஆனால் எல்லா அரசு அலுவலகங்கள், வங்கிகள், ராணுவ அலுவலகம் எல்லாம் அந்த இரு கிலோமீட்டர்ருக்குள் தான் இருக்கும். எனவே கீழே வங்கி, மேலே அதிகாரிகள் குடியிருப்பு. அப்படி தான், அனைவரும் இருந்தனர், இன்னமும் இருக்கின்றனர்.

ஆனால் நான் மண்டைக் கோளாறு உள்ள ஆளாச்சே. அலுவலகத்தில் சண்டை போட்டு, தனியே கடிதம் எழுதி கொடுத்து ஊரை விட்டு பத்து கிலோமீட்டர் தள்ளி போய் அந்த நான் சொன்ன வீட்டில் வசித்தேன். (சம தளத்தில் பத்து கிலோ மீட்டர் பயணம் என்பது சாதாரணம் ஆனால் கடுமையான மலைப் பிரதேசத்தில் அது கிட்ட தட்ட ஒரு மணி நேர பயணம்.

எனக்கோ 34 வயது. தனியே ஒரு மோட்டார் சைக்கிளில் தான் அலுவலகம் வருவேன். வீட்டிற்கு செல்வேன். இனிமையான நினைவுகள். காலை வரும் போது பிரச்சினை இல்லை. ஆனால் வங்கி பொதுவாக. மணிக்கு முடிந்தாலும் நான் இழுத்துப் போட்டு கொண்டு எல்லா வேலையும் செய்வேன். எனவே அலுவகத்தில் இருந்து கிளம்பவே ஒன்பது மணி ஆகி விடும். இரவில் ஆறு லேயர் உடுப்புகள் போட்டிருப்பேன். (தெர்மல்ஸ்டுடன் சேர்த்து).

ஹெட்போனில் இளைய ராஜா பாட்டு. மோட்டார் சைக்கிள் பயணம். கிட்ட. தட்ட காடு. என்னால் மறக்க முடியாத கிராமம். என் வாழ்நாளில் அந்த இரண்டு வருடம். மொத்தம் மூன்று வருட பணி. முதல் வருடம் மிகவும் கஷ்டப் பட்டேன். குளிர் ஒத்துக் கொள்ள வில்லை. அலுவலகம் புதிது. வீட்டின் நினைவுகள். கல்சுரல் ஷாக் என நிறைய.ஆனால் இரண்டு மற்றும் மூன்றாம் வருடம் என் வாழ்க்கையின் மகத்தான நாட்கள்.

நான் பொதுவாக “பிக் பாஸ்” பார்க்கும் வழக்கம் கொண்டவன் அல்ல. நேற்று இரவு ஏதேச்சையாக சில நிமிடங்கள். பிக் பாஸ்” பார்க்க நேர்ந்தது. Topic Big boss. பற்றியது அல்ல. அதில் என்னைக் கவர்ந்தது GP MUTHU என்கிற தனி மனிதன் தான். அவரை ஒரு இன்ஸ்பிரேன் ஆக பார்க்கிறேன்.

GP Muthu மூன்றாவரை படித்தவர். ஒரு மரக் கடை ஆசாரியாக தன் வாழ்வைத் தொடங்கியவர். திருமனத்திற்கு முன் ஏற்பட்ட ஒரு குடும்ப சண்டையில் உடம்பில் 135 தையல் போடும் அளவிற்குப் போனவர். தனது 35 ஆவது வயதில் தான் ஒரு *SMART Phone*. வாங்குகிறார். அதில் *Tick tock video* போட்டு தனது இயல்பான வட்டார வழக்குப் பேச்சுக்களால். செல்ல வசைச் சொற்களால் கொஞ்சம் பிரபலமாகிறார். தமிழகத்தில் கால் வாசி . என்னையும் சேர்த்து தான். இவரின் ரசிகர்கள் ஆனார்கள். முத்துவின் பிரபலத்தை பார்த்து நிறைய பேர் இவரிடம் “ஒரண்டய” இழுத்தார்கள்.

மேலும் திருச்சி சாதனா,. ரவுடி பேபி சூர்யா போன்ற பெண்களாலும். *PAPER ID* என்ற முகம் தெரியாத நபர்களாலும் நிறைய *Bully* பண்ணப் பட்டார்.

ஆனால் எவ்வளவு பெரிய *Online Community* சண்டையிலும் ஒரு போதும். *P* முத்து தரம் குறைந்த மோசமான வார்த்தைகளை பயன்படுத்தியது இல்லை. இதனால் மற்ற அனைவரும் காணாமல் போனாலும் இவர் மட்டும் கப்பல் நங்கூரமிட்டு நிற்பது போல் நின்றார். சமூக வலை தளங்களில் தன்னுடைய சொந்தப் பெயரையோ, புகைப்படத்தையோ அல்லது ஒரிஜனல் மின்னஞ்சலையோ பயன்படுத்தாமல் *FAKE ID* களாக. *me2)* வலம் வருபவர்கள் மத்தியில் மனைவி, குழந்தைகள், தந்தை என்று எவரையுமே இவர் ஒளித்து வைக்க விரும்ப வில்லை.

இடையில் வந்தது ஒரு சின்ன சிக்கல். *TICK TOCK BAN* செய்யப். பட்டது. மற்ற *TICK TOCK LOVERS* போல இவரும் கதறித் துடித்தார். இன்னும் சொல்லப் போனால், இவர் பாரத பிரதமருக்கு *tick tock app* தடையை நீக்க வேண்டும் என்ற வைத்த வேண்டுகோள் சமூக வலைதளங்களில் காமெடியாகி போனது.

ஆனால் சற்றும் தளராமல் மூன்றாவது படித்த *GP* முத்து தன்னை *Technical upgrade* செய்து கொண்டு *Insta Reel* க்கு மாறினார்.

இதற்க்கு பலனாக *Social media* வின் பிரபலமான *Black Sheep Digi tal Award* 2021 தேடி வந்தது. தமிழகத்தின் கடைகோடியை சேர்ந்த மூன்றாவது வரை மட்டுமே படித்த மரக் கடை ஆசாரி *Social Media Influ encer* ஆனார். பண வரவு ஆரம்பித்தது. நிறைய சிறு சிறு நிறுவனங்கள், கடைகள் இவரின் பிரபலத்தைப் பார்த்து தங்கள் கடைகளுக்கு அழைத்தார்கள். அதன் மூலமாக சிறு சிறு சன்மானங்கள் வந்தன. பின்னர் தனது முதல் *Hyundai. 20 car*. வாங்கினார்.

இடையில் சறுக்கல்கள் இல்லாமலில்லை. நிறைய பேர் இவரைக் கலாய்க்கிறேன் என்று நினைத்து கொண்டு பழைய ஜட்டி, காண்டம், சவுரி முடி, பெண்கள் அணியும் உள்ளாடைகள் என பல பொருட்களை கூரியரில் இவருக்கு அனுப்பினார்கள். ஆனால் அந்த கவர்களைப் பிரித்து, அனுப்பியவர்களின் கடிதங்களைப் படிப்பதையும் வீடியோவாக எடுத்து போட்டு வியூக்கள் அள்ளி கொண்டார்.

அடுத்து ஏதோ சில தனிநபர்கள் ஆன்லைனில் மற்றும் நேரிலும் இவரை Bully பண்ணியதால். வீட்டு. கடன் பிரச்சினை என்று சிலர் சொல்கிறார்கள்) தற்கொலைக்கு முயன்றார்; அல்லது தற்கொலை நாடகத்திற்கு முயன்றார். அதனையும் மூக்கில் "ரைல்ஸ்" Tube டன் வீடியோவாக வெளியிட்டார்.

இதோ இப்போது Big Boss வீட்டிற்குள் ஒரு போட்டியாளராக சென்று உள்ளார்.இன்று GP MUTHU ஆர்மி உருவாகி உள்ளது. ஓவியா ஆர்மிக்குப் பிறகு ஜி.பி முத்து ஆர்மி.. பிக் பாஸ் வீட்டிற்கு செல்பவர்களுக்கு காண்ட்ராக்ட் மற்றும் குறைந்த பட்ச சம்பளம்/ சன்மானம் உண்டு. நீங்கள் உள்ளே தாக்கு பிடிக்கும் நாட்களுக்கு ஏற்ப உங்கள் சன்மானம் உயரும். யார் கண்டா? நாளையே இவர் வெற்றி பெற்றாலும் ஆச்சரியப்படுவதற்கு இல்லை.

So திருநெல்வேலியைச் சேர்ந்த மூன்றாவது படித்த 37 வயது மர வேலை செய்யும் ஆசாரி தனக்கு கிடைத்த எல்லா வாய்ப்புகளையும் பயன்படுத்தி கொண்டு கொரனோ பெரும் தொற்றிலும் தன்னை நிலைப்படுத்திக் கொண்டுக் குறிப்பாக எவரையும் கடும் சொல் பேசாமல்க் காயபடுத்தாமல் தன்னுடைய குடும்பத்தையும் சுமந்து கொண்டு குறுகிய காலத்தில் மேலேறி வந்தது கண்டிப்பாக எனக்கு இன்ஸ்பிரேஷன். உங்களுக்கு?

૩૯

மதுரையிலிருந்து சின்ன உல்பா வின் தமிழ் வணக்கம்.

உண்மையிலேயே எனக்கு கொஞ்சம் எழுத வருகிறது தான் போல..

இதற்கு காரணமாக மூன்று சம்பவங்கள் கடந்த மாதத்தில் நடந்தது

சம்பவம் ஒன்று:

கடந்த வாரம் ஒரு நண்பகலில் நண்பர் திரு சந்திரமௌலியிடமிருந்து அழைப்பு. "டேய்... பத்தி ஒரு புது புத்தகம் எழுதியிருக்கேன். ஒரு தடவை ஒரு பார்வை பார்த்துட்டு சொல்லுடா" என்றார்.

(வழக்கமாக ஒரு ரைட்டர் எழுதி முடித்த பின்பு இன்னொரு சக எழுத்தாளர் மற்றும் நண்பரிடம் தான் இப்படி ஃபைனல் கட் ரீடிங் வரும். அது சரி அது ஏன் உன் கிட்ட வந்துச்சுன்னு நீங்க கேட்கிறது தெரியுது. அப்படி ஒன்றும் இவர் புது யுக எழுத்தாளரோ அல்லது நம்மைப் போல மன அமைதிக்கு எழுதும் ஆசாமியோ கிடையாது. தொழில் முறை எழுத்தாளர். பத்திரிகையாளர். கிட்ட தட்ட 25 புத்தகங்கள் எழுதியவர். இரண்டாயிரத்துக்கும் மேல் கட்டுரைகள் விகடன், குமுதம், தமிழ் இந்து, கல்கி, குங்குமம், தந்தி. தினமலர் என்று எழுதாத பத்திரிகையே கிடையாது. அவர் நம்மிடம் பைனல் கட் வர்சனை கொடுக்கிறார் என்றால், சரி நாம் கொஞ்சம் தேறிட்டோம் போல என்று நினைத்துக் கொண்டேன். அந்த *Final Cut version*. இனைத்துள்ளேன். நீங்களும் படிங்க. .

சரி சரி... டாபிக். விட்டு வெளியே போகிறேன்.

அவர் என்னுடைய *Draft* புத்தகத்தின் இருபத்தியந்து அத்தியாயங்களையும் படித்து விட்டு பாலா *Cocoon period* ஓவர். *Be ready to fly* என்றார். சும்மா கிண்டல் பண்ணாதீங்க என்றேன். இல்லை இல்லை உங்கள் ரைட்டிங் ஸ்டைல் புதுசா இருக்கு. எங்கேயும்

தொய்வு இல்லை. அங்கங்கே தற்கால அரசியல் கலந்து மெலிதான நகைசுவையுடன் விறுவிறுப்பு குறையாமல் எழுத முடிகிறது உங்களால். சும்மா முகஸ்துதிக்காக உங்களைப் பாராட்ட வேண்டிய அவசியமும் எனக்கு இல்லை என்றார்.. இவருக்கு ஏற்கனவே எனக்கு .... பத்திரிகையிடமிருந்து வந்த ஆஃபரும் தெரியும்)

உண்மை தான் என்றேன்.

மிக முக்கியமான ஒரு அறிவுரையும் சொன்னார்.

சரி பாலா உங்களுக்கு எழுத வருகிறது. சந்தோஷம். ஆனால் உங்கள் புத்தகத்தில் சகட்டு மேனிக்கு எல்லாரையும் அடித்துத் துவைத்திருக்கிறீர்கள். கம்யூனிஸ்ட் ஆரம்பித்து பிஜேபி,காங்கிரஸ், திக, திமுக, அதிமுக என யாரையும் விட வில்லை. ஏன் கொஞ்சம் ஓவராக போய் காமராஜரையும் வம்பிழுத்து வைத்துள்ளீர்கள். அதிலும் நீங்கள் அரசு அதிகாரி வேறு. So நீங்கள் சுக்கானை மாற்றி பிடிங்க. ஏன் நீங்க உங்க மேகாலயா To சென்னை. நான் ஒரு முறை அஸ்ஸாம் லிருந்து சென்னைக்கு முன்பதிவற்ற பெட்டியில் கிட்ட தட்ட 50 மணி நேரம் நின்று கொண்டே பயணம் செய்த கதை இவருக்குத் தெரியும். சென்னை சென்ட்ரலிருந்து நேராக மருத்துவமனைக்கு தான் சென்றேன். இரண்டு கால்களும் யானைக்கால் மாதிரி வீங்கி விட்டன. வருவது 10 நாட்கள் விடுமுறையில் அப்போது குழந்தைகள் கல்விக்காக எனது மனைவி மற்றும் இரு குழந்தைகள் சென்னையில் வங்கியின் குவார்ட்ஸில் (T. நகர். தனியாக இருந்தார்கள். நான் இரண்டு மாதங்களுக்கு ஒரு தடவை வந்து போவேன்) பயணம்,காசி அனுபவம் எல்லாவற்றையும் கலந்து First Person Singular ல் ஒரு நாவல் முயற்சி பண்ணி பாருங்களேன் என்றார்.

எனக்கு கூட அட ஆமால்ல என்று தோன்றியது.

ஏதோ என் மனக்கொந்தளிப்புகளுக்கு வடிகாலாக நான் அவ்வப்போது எழுதினாலும் வீட்டிற்குள் என் மனைவி என்னை ஒரு காமெடி பீஸ் மாதிரி தான் கையாளுவாள்.

நான் எழுதும் அனைத்தையும் அவளுக்கும் அனுப்புவேன். ஒரு வழியாக கடந்த மாதம் அவளும் எனக்கு ஏதோ கொஞ்சம் எழுத வருகிறது என்று அரைமனதாக ஒத்துக் கொண்டாள்

எல்லாம் பெருமையும் எனக்கு வந்த மூட்டு வலிக்கே சேரும்.

பரந்து விரிந்து கிடக்கிறது காடு. கடக்க வேண்டிய தூரமோ பல காதம்....

37

நம் அனைவருக்கும் நிறைய நிறைய சந்தோஷமான தருணங்கள் இருக்கும். அதை ஒரு முறை மீள் பார்வை பார்ப்பது எப்போதுமே உற்சாகமளிக்கக் கூடிய விஷயம். நீங்கள் எழுப்பிய கேள்வி என்னை நிறைய யோசிக்க வைத்தது. அட ஆமால்ல எப்பப்போ நான் சந்தோஷமாக இருந்தேன் என்று யோசித்துப் பார்த்தேன். ஒன்றல்ல, இரண்டல்ல, நிறைய... நிறைய.... தருணங்கள். அதே சமயம். சந்தோஷம் என்பது ரிலேட்டிவ் டெர்ம் என்பது நம் அனைவருக்கும் தெரிந்த விஷயம் தான்.

நான் 14 வயதில் என் அம்மா என்னை முதன் முதலில் திரையரங்குக்கு தனியே சென்று படம் பார்க்க அனுமதி அளித்த போது கிடைத்த சந்தோஷம் வேறு. 18 வயதில் நான் ஒரு பெண்ணால் காதலிக்கப் படுகிறேன் என்பதனை அறிந்த போது வந்த சந்தோஷம் வேறு.. இந்த சந்தோஷம் அல்லது பிரச்சனை என் வாழ்நாள் முழுக்க வெவ்வேறு வயதில் வெவ்வேறு இடங்களில் தொடர்ந்து கொண்டு தான் இருக்கிறது.)

ஒரு உண்மையைச் சொன்னால், நான் கல்லூரியில் படித்த அத்தனை ஆண்டுகளும் எந்த ஒரு பெண்ணிடமும் பேசியதில்லை. ஏன் அவர்கள் முகத்தை நன்றாக உற்று பார்த்தது கூட கிடையாது.

அவ்வளவு ஏன் தோழி அபிராமியின் கல்லூரி கால முகம் மற்றும் அவரின் உருவம் எனக்கு நினைவிலேயே இல்லை. எவ்வளவோ யோசித்துப் பார்த்தும் நியாபகம் வர வில்லை. ஆனால் இதற்கு மாற்றாக இந்தக் குழுவில் உள்ள ஒவ்வொரு நண்பரின் முகமும், அவர்களின் மேனரிசம், நடை உடை பாவனைகள் அனைத்தும் இன்றும் எனக்கு நேற்று நடந்தது போல் நியாபகம் உள்ளது.

நமது “மறுபடியும்” மதி பாண்டி வெங்கி, மதுரை தவிட்டுச் சந்தை வெங்கடேஷ், நம்ம சரவணன், இன்னொரு மதுரை சரவணகுமார்.

களியக்காவிளை ரபீக்,. தம்பி அருர் செல்வம் மற்றும் நண்பன் பாலு என ஒவ்வொரு வரை பற்றியும் தனித்தனியே ஒரு ரைட்அப் எழுதுகிற வரை நியாபகம் உள்ளது.

ஏன் இதனை எல்லாம் சொல்கிறேன் என்றால், இப்படி இருந்த நான் கல்லூரியில் இருந்து வெளியேறி பின்பு முழுக்க முழுக்க பெண்களால்தான் வழிநடத்தப் பட்டிருக்கிறேன். ஆசிர்வதிக்க பட்டிருக்கிறேன், அலைக்கழிக்க பட்டிருக்கிறேன். உதவிக்கரம் கொடுத்துத் தூக்கபட்டிருக்கிறேன்.

தலை சாய இடம் கொடுத்திருக்கிறார்கள். என்னுடன் சேர்ந்து அழுதிருக்கிறார்கள், சிரித்திருக்கிறார்கள், தோளோடு தோள் உரச அருகில் நின்று பொதுப் பிரச்சினைக்காக வீதியில் இறங்கி போராடியிருக்கிறார்கள். மனம் உடைந்து அழ செய்திருக்கிறார்கள்.

ஆக, கல்லூரி காலங்களில் ஒரு *Hard Core* இன்ட்ரோவர்ட்னான. நான் கடந்த பதினைந்து வருடங்களாக நிறைய கூட்டங்களில் மக்கள் முன், அரசு உயர் அதிகாரிகள் முன் எந்த தயக்கம் இன்றி என்னால் பேச முடிகிறது. அலுவலகக் கூட்ட அரங்குகளில் என்னால் என் தரப்பை ஆணித் தரமாக எடுத்து வைக்க முடிகிறது; வாதாட முடிகிறது. இப்படி மாறியது எனக்கே மிகுந்த சந்தோஷம்தான்.

38

இதனை எழுதி கிட்ட தட்ட எட்டு வருஷம் ஆகப் போகிறது. எதேச்சையாக Google Drive la கிடைத்தது. படம் பார்த்துட்டு இரண்டு நாள் அதே நினைவாக இருந்தது. மற்ற ரோமன் போலன்ஸ்கி படங்களைத் தேடித் தேடி அலைந்து வாங்கிப் பார்த்தது என நினைவுகள் அலைபாய்கிறது. நுங்கம்பாக்கத்தில் பழைய "கண்பத் ஓட்டல்" Complex. ல் உள்ள Video Library யில் படங்களைத் தேடி அலைந்தது ஞாபகம் வருகிறது. அதே போல் மேல்மருவத்தூர் அருகில் உள்ள அச்சரபாக்கத்தில் இருந்து சென்னை கோடம்பாக்கம் RailWay station road ல் உள்ள book lending library க்கு வாரம் வாரம் பஸ் ஏறி வந்து புக் வாடகைக்கு வாங்கி போய் படித்த காலங்களும் உண்டு.

சற்றுப் பொருளாதார நிலை மேம்பட்டவுடன், மத்திய அரசு பணியில் சேர்ந்தவுடன். Archaeological Survey of India. சென்னையில் மூன்று Lending library மெம்பர் ஆகி அப்படியும் ஏதோ ஒரு காரணத்தால் எல்லாவற்றிலும் இருந்து விலகி புத்தகங்களை விலைக்கு வாங்கத் தொடங்கினேன். புத்தகத் திருவிழாவுக்கு டிபன் பாக்ஸில் தயிர் சோறு கொண்டு போய் நாள் முழுவதும் அலைந்து திரிந்து புத்தகங்கள் வாங்கி பின் மதியம் அங்கேயே நிழலில் அமர்ந்து சாப்பிட்டுவிட்டு, மறுபடியும் புத்தக வேட்டையில் அலைந்து திரிந்து புக் ஃபேர்க்குப் போகும் போது பஸில் போய் வரும் போது புத்தகங்களைத் தூக்க முடியாமல் ஆட்டோவில் வந்து இறங்கிய உன்மத்தம் பிடித்த நிலையை தாண்டி வந்துள்ளேன்.

(ஒரு கட்டத்தில் மேகாலாயா மாநிலத்திற்குப் பணி மாறுதல் செய்யப்பட்ட போது அங்கு இருந்து ஒரு வார காலம் விடுப்பு எடுத்துக் கொண்டு விமானத்தில் வந்து புத்தகங்கள் வாங்கிய கிறுக்குத் தனத்தை என்ன வென்று சொல்வது!)

என் மனைவி என் கிறுக்குத் தனத்துக்கு ஈடு கொடுக்க முடியாமல் முதலில் தடுமாறி பின் சரி இவனைத் திருத்த முடியாது என்று அட்ஜஸ்ட் செய்து கொள்ளப் பழகி விட்டாள்.

பிறகெல்லாம் என் மகனிடம் டேய் அப்பா புக் ஃபேர் போறார். *Purse*. இருந்து எல்லா டெபிட் கிரெடிட் கார்டுகளையும் எல்லாத்தையும் எடுத்துரு. ஒரு *Rs 3000* இல்ல *Rs 4000* மட்டும் வை! என்று *compromise* ஆகி இப்போது அவளும் உடன் வந்து புத்தகங்கள் வாங்க தொடங்கி விட்டாள்.

இந்த வருடம் குடும்பத்தோடு தான் மதுரையில் நடந்த புத்தக திருவிழாவுக்குப் போனோம்.

இடை செருகல்: இப்படி வகை தொகை இல்லாமல் வாங்கி படித்த புத்தகங்கள் 800 கடந்த போது வீட்டில் அதற்கென தனியாக அறை ஒதுக்க முடியவில்லை. எனவே ஒரு வாரம் அலைந்து திரிந்து *Permission* வாங்கி சென்னை தேவநாயப் பாவாணர் அரசு நூலகத்துக்கு கிட்ட தட்ட நான்கு லட்ச ருபாய் மதிப்புள்ள புத்தகங்களை நண்கொடையாக வழங்கினேன். எனக்கு அதிலும் ஒரு அதிர்ஷ்டம் அப்போது இலங்கையில் உள்ள “யாழ் நூலகம்” போரினால் எரியூட்டப் பட்டது. எனவே தமிழக அரசு பொது மக்களுக்கு அறிவிப்பு கொடுத்து புத்தகங்களைச் சேகரித்து இலங்கைக்கு அனுப்பியது. எனவே நானும் *Specific Request* கொடுத்து அந்த *container* ல் ஏற்றி செல்ல செய்தேன். காலம் தான் எவ்வளவு வேகமாக ஓடுகிறது.

இன்று ஒரே சுய தம்பட்டமாகி விட்டது.

★★★★★

கடந்த ஒரு மாதமாக அலுவலக ரீதியான கடுமையான அலைச்சல். மன உளைச்சல். காலக்கெடுவுக்குள் செய்து முடிக்க வேண்டிய வேலைகள் என நிறைய இருந்தாலும், கடந்த இரண்டு நாட்களாக முழு ஓய்வு.நிறைய படிக்கவும், எழுதவும் செய்தேன். இடையில் படங்கள் வேறு பார்த்தேன். அந்த வகையில் என்னை மிகவும் பாதித்த இரண்டு படங்களை உங்களுக்குப் பரிந்துரை செய்கிறேன்.

குறிப்பு. மென் மனம் கொண்டவர்கள். படம் பார்த்து *Disturb* ஆகிறவர்களுக்கு உகந்த படங்கள் இல்லை இரண்டும். *So* அவர்கள் தவிர்த்தல் நலம்.. மேலே ஆரம்பிக்கும் பத்தியில், பெண்கள், மென் மனம் கொண்டவர்கள் என்றுதான் ஆரம்பிப்பது சம்பிரதாயம்.

இதில் குறிப்பாக நான் பெண்களை சேர்க்க வில்லை. எனக்கு அதில் உடன்பாடு இல்லை.)

Ok. Let's come to topic.

1. *"AAMIS"* இந்த அஸ்ஸாமிய படம், எனக்கு மிகுந்த *Surprise.* கொடுத்தது. *So called Bollywood, Malayalam, Kannada ,Tamil* என்று அவ்வப்போது *New Wave Movie* வந்தாலும், அஸ்ஸாமில் இருந்து இந்த மாதிரியான படம் எனக்கு *Surprise.* அஸ்ஸாம் அருகில் மூன்று வருடங்கள் பணி புரிந்ததால் *dialogue* ஒலி எல்லாம் எனக்குக் கொஞ்சம் நெருக்கமாகத் தெரிந்ததோ என்னவோ. *But really* புதிய சிந்தனை. படமாக்கல்த் திரைக்கதை. நடிகர் நடிகைகளின் பங்களிப்பு என தரமாக இருந்தது. இப்படி ஒரு *Concept* இல் படம் எடுக்க நினைத்த *Director* ஐ, பணம் போட்ட *producer.* பாராட்டியே தீர வேண்டும்

மேல உள்ளது பட *Promo Picture.* ஒரு அழகான பொருந்தா காதல் படத்துக்கு உண்டான எல்லா இலக்கணமும் பொருந்தி வருகிற *Promo Picture.* முதிர்ந்த பெண். இள வயது நாயகன். காதல். சிக்கல்கள் என *Stereo Type* படம் என்று சொல்ல தகுதியான படம் தான்.

ஆமாம் மேல சொன்ன அனைத்தும் உள்ளதுதான் ஆனால் படத்தோட *Treatment* வேற மாதிரி. வேற மாதிரி.

இந்தப் படத்தை உங்களுக்குப் பரிந்துரை செய்யக் காரணம். மிகக் கடுமையான தூக்கத்தைக் கெடுக்கக் கூடிய படத்தைப் பார்ப்பதற்க்கு முன்னால் இந்த மாதிரி ஒரு சிறிய கலாச்சார அதிர்ச்சியைத் தாங்கிக் கொள்வது நல்லது. *Test Injection, if no allergy then original injection*ங்கற நம்ப *Concept* தான். *(OTT PLATFARM SONY LIV)*

NEXT

படத்தின் பெயர் "பிரியாணி". மொழி மலையாளம்.

OTT Platform. இல்லை. எனவே யாரும் பூட்டை ஆட்ட வேண்டாம்.

கலாச்சார அதிர்ச்சி என்றால் ஏதோ தடை செய்யப் பட்ட வேற்று நாட்டுப் படமோ அல்லது மத. இன, வெறியை தூண்டும் படமோ அல்ல. நம்ம பக்கத்து மாநிலமான கேரளாவில் எடுத்த படம். இந்த படம் கொடுத்த அதிர்ச்சியில் இருந்து மீள கொஞ்சம் டைம் ஆனது எனக்கு.

(My Mind Voice)

Human Centipede யே கல்லு மாதிரி உக்காந்து பாத்தவன்டா நீ. இதுக்கு போய் *Jerk* ஆகுற)

★★★★

சில ரீல்ஸ்களைப் பார்க்கும் போது மட்டும் மனதிற்கு நெருக்கமாக உணர்வோம். அப்படி நான் பார்த்த ரீல்ஸ் இது.

காரணம் ஒன்று:

அந்த பேப்பர் போடும் பையனுக்கு ஏதோ ஒரு குறை உள்ளது என்பது வெளிப்படையாக தெரிகிறது. அது இலேசாக திக்கி திக்கி பேசுவதாகட்டும் அல்லது நான் வேல்ஸ் காலேஜ். BCA படிக்கப் போகிறேன் என்ற பெருமிதமாகட்டும். BCA என்பதனை தெளிவாக நிறுத்தி விரிவாக்கம் செய்வதிலாகட்டும். இல்லை. நான் Part Time ஆக பேப்பர் போடுகிறேன் மாதம் ஆயிரம் ரூபாய் கிடைக்கும் என்று சொல்வதிலாகட்டும், ஏனோ மனதிற்கு நெருக்கமாக உணர்ந்தேன்.

காரணம் இரண்டு:

இது மட்டுமல்ல. உங்கள் ஹாபி என்ன என்ற கேள்வி வரும் போது பைக் ரேஸிங் என்று சொல்வது. உடனே அடுத்த பதிலில் ஹாபி வேறு, லைஃப் கோல் வேறு, என்ற தெளிவுடன் எனக்கு மென்பொருள் துறை தான் இலக்கு என்று அறிவிப்பது.

காரணம் மூன்று:

முத்தாய்ப்பாக லைஃப். யாரு உங்களுக்கு ரோல் மாடல் என்றவுடன் இந்த 2K கிரிஞ்சானுங்க மாதிரி அப்துல் கலாம், அன்னை தெரசா என்று அடிச்சு விடாமல் ரொம்ப இயல்பாக என் அப்பா என்று சொல்லி *He is very Hard working man, through out his life* என்று முடிக்கும் போது இந்த காணொளி இன்னொரு கட்டத்தை எட்டுகிறது.

மேலும் *Opponent* ஆக வரும் பையனும் கச்சிதம். ரொம்ப இயல்பாக இருந்தான். நல்ல வேளை மனித கடவுள் அஜித்தப் பற்றிக் கேட்காமல் போனது நமது பூர்வ ஜென்ம புண்ணியம்.

கடைசியாக *"I am honoured to meet me bro"* என்று சொல்லி *Insta ID* களைப் பரிமாறிக் கொண்டு நான் உங்களை பாலோ செய்கிறேன். நீங்க *Follow back* செய்யுங்க என்று முடித்ததில் இந்த 45 வினாடி ரீல்ஸ் மனதிற்கு மிக நெருக்கமாக இருந்தது.

39

இந்த ஒரு வாரத்தில் எத்தனை, எத்தனை அனுபவங்கள், நிகழ்வுகள். எதை சொல்வது, எதை விடுவது என நிறைய குழப்பம்.

இந்த ஒரு வாரத்தில் நான் கண்ட, கேட்ட, உணர்ந்த அனைத்தையும் என்னால் இப்பொழுது எழுத முடியுமா என்று தெரியவில்லை. ஆனால் அனைத்து அனுபவங்களையும் மனதிற்குள் சேமித்து வைத்திருக்கிறேன்.

எனவே பிறிதொரு நாள், நேரம் கிடைக்கும் பொழுது நான் எழுதவும் கூடும்.

இந்த ஒரு வாரப் பயணம் எனக்கு நிறைய புதிய புதிய அனுபவங்களைக் கொடுத்தது.

நிறைய படிப்பினைகள், நிறைய புத்திக் கொள்முதல், முக்கியமாக உடல் உழைப்பு நிறைய இருந்தது.

இன்னமும் எங்கே ஆரம்பிப்பது என்று தெரிய வில்லை.

இந்த ஒரு வார காலத்தில் வெறுமனே கடலில் மீன்பிடிக்க மட்டும் செல்ல வில்லை.

மீனவர்கள் நிறைய பேருடன் பேசினேன். அவர்கள் மீன் ஏலம் விற்பனை முறையை அருகில் இருந்து கவனித்தேன். மீன் இடைத் தரகர்களான வியாபாரிகளிடமும் பேசினேன்.

குறிப்பாக, அங்கிருக்கும் மீனவப் பெண்களிடம் பேசினேன். அவர்களின் வாழ்க்கை முறையைப் புரிந்து கொள்ள முயன்றேன்.

கடலில் மீன் பிடிக்க செல்வது, இல்லையென்றால் கரையில் வலை "வாங்கி" வைப்பது.. இந்த வலை வாங்கி வைப்பது என்பது மிக பெரிய கலை. இரண்டு தோள்களும், கக்கத்திலிருந்து கழண்டு

விழுவது போல் வலிக்கும். இந்த கலையில் கில்லாடியான சுகிதர்தன் தான் இதனை எனக்குச் சொல்லிக் கொடுத்தான்.)

நீவாடு பற்றி சிறந்த கடலோடியான கிஷோர் சொல்லி கொடுத்தார் .

மீன்கள் ★"நீவாட்டில்" 150 KM வேகத்தில் நீந்தும் என்பதை கேட்க எனக்கு மலைப்பாக இருந்தது

மேலும் அவர்களுடன் எளிதில் கலக்க வேண்டும் என்பதற்காக ஏதிஸ்டான நான் அவர்களுடன் சர்ச்சுக்கு சென்று பாதிரிமார்களின் பிரசங்கங்களை உன்னிப்பாக அவதானித்தேன்.

இது அவர்களுக்கு தவ காலம் என்பதால் சர்ச்சில் நடந்த 'எங்கே போய்விடும் காலம்' என்ற நாடகத்தையும் அவர்களுடனே அமர்ந்து முழுதாகப் பார்த்தேன்.

முதல் நாளே அந்த மறை மாவட்டப் பங்குத் தந்தையுடன் என்னை பற்றியும் இந்த எனது நோக்கம் பற்றியும் விரிவாகப் பேசி விட்டதால் எந்தச் சிக்கலும் எழ வில்லை.

கீச்சான் காற்று, சுருக்கு மடி, பார். பாறையை அவர்கள் "பார்" என்று தான் சொல்கிறார்கள். என நிறைய பதங்களை அறிந்து கொண்டேன்.

இந்தப் பயணத்தில் ஒரே ஒரு மகத்தான நேரம் எப்போது என்று என்னை கேட்டால் கரையிலிந்து கிட்ட தட்ட பதினைந்து கிலோமீட்டர் கடலுக்குள் இரவு இரண்டு மணிக்கு சென்று. அதிகாலை ஐந்து மணிக்கு அந்த நட்ட நடு கடலில் சுற்றிலும் அலை அடிக்க வெறும் ஒரு சிறிய படகில், (ஒரு முட்டி அளவு தான் உயரம். நாம் சம்மனமிட்டு அதாவது பத்மாசன நிலையில் உட்கார்ந்தால் மார்பு பகுதி க்கு மேல் எல்லையில்லா கடல் தான் தெரிகிறது.) அதிகம் பழக்கம் இல்லா நபர்களுடன் நான் உறங்கிய இரண்டு மணி நேர உறக்கம்.. எனக்கு எப்போதும் கொஞ்சம் டிஸ்டர்ப்ட் உறக்கம் தான். சிறு சத்தம் கேட்டாலும் எழுந்து கொள்வேன். ஆனால் அன்று நட்ட நடு கடலில் நான் உறங்கிய உறக்கம் என்பது எனது வாழ்நாளில் புதிது. திரும்பவும் கிடைக்கப் போவதும் இல்லை. சும்மா மரக்கட்டை மாதிரி தூங்கியிருக்கிறேன்.

என்னை அவர்கள் எழுப்பிய உடன் கண் விழித்து எழுந்து உட்கார்ந்து பார்த்த தருணம்.. நட்ட நடு கடலுக்குள் சின்னச் சிறிய படகில் சுற்றிலும் கண்ணுக்கெட்டிய தூரம் கடல் இருக்க. மேலே காலை ஏழு மணி சூரியன்)

என் வாழ்க்கையில் கிடைத்த பெஸ்ட் மொமண்ட்.

40

குறிப்பாக

1. மீனவர்களிடம் இருக்கும் மூட நம்பிக்கை. எனது பார்வையில் அது மூட நம்பிக்கை, ஆனால் அவர்கள் அதனை தீவிரமாக நம்புகிறார்கள். குறிப்பாக ஒவ்வொரு கடலோடியும் எலுமிச்சை பழ சைசில். எலுமிச்சை பழ கலரில். கிட்ட தட்ட எலுமிச்சை மாதிரியே. என்ன பழம் என்று தெரிய வில்லை) உள்ள மூன்று பழங்களை வெட்டி எடுத்துச் செல்கிறார்கள். ஒவ்வொரு முறை கடலோடும் போதும்.. நாம் தொலை தூர பயணத்தின் போது கார் டயரில் எலுமிச்சை பழத்தை வைத்து நசுக்குவது போல)

என்ன அவர்கள் பழங்களை வெட்டி உடன் எடுத்து செல்கிறார்கள். அந்தப் பழங்கள்தான் தம்மைக் காப்பதாக நம்புகிறார்கள். (படத்தைப் பகிர்கிறேன்)

2. மீனவர்கள் டெக்னாலஜியை Adopt செய்து கொண்ட விதம்.

கடலுக்குள் செல்லும் Windy app மூலமாக காற்றின் திசையை, வேகத்தை அறிந்து கொண்டு தான் பயணப்படவே ஆரம்பிக்கிறார்கள்.

கடலுக்குள் கிட்ட தட்ட ஒரு பதினைந்து அல்லது இருபது கிலோமீட்டர் உள்ளே சென்றவுடன் ஒரு சிறிய வாக்கி டாக்கி சைசில் இருக்கும் ஒரு கருவியை கையில் எடுத்து விடுகிறார்கள்.

அதில் நேவிகேட்டரும் இருக்கிறது. அது மட்டும் இல்லாமல் கடலில் எவ்வளவு ஆழத்தில் என்ன மாதிரியான மீன்கள் உள்ளன. அது எவ்வளவு தொலைவில் அதாவது கடலுக்கடியில் இருக்கலாம் என்ற தகவலும் அந்தக் கருவில் வருகிறது. (ஆனால் என்ன ஒரு துரதிஷ்டம், அது பெரும்பாலும் துல்லியமாக இருப்பதில்லை)

மீன்கள் அதிகம் கிடைக்கும் இடங்களை GPS மூலமாக *mark* செய்து வைத்துள்ளார்கள்.. நான் சென்ற படகில் கடலோடி திரு கிஷோர் கிட்டதட்ட 152 இடங்களை மார்க் செய்து வைத்திருந்தார்)

அதுமட்டும் இல்லாமல் *Fish Finder app* யையும் பயண்படுத்துகிறார்கள்.

கடலோடியின் மனைவிகளோ இன்னும் ஒரு படி மேலே போய் ஆண்ராய்டு அரசன் உபயோகத்தால் தன் கணவன், கரையில் இருந்து எத்தனை கிலோ மீட்டர் தூரத்தில் மீன் பிடித்துக் கொண்டிருக்கிறான் என்று லைவ் வாக அறிந்து கொள்கிறார்கள்.

3. அடுத்ததாக கலிங்க மீன் பிடித்தலில் உள்ள ஆபத்து பற்றி:

கலிங்க மீன் என்ற ஒரு வகை மீனை நான் அங்கு தான் பார்த்தேன். சாதாரணமான மீன் மாதிரி தான் இருக்கிறது. சுய விபரம். நான் கடந்த நாற்பது வருடமாக மீன் சாப்பிடுவதில்லை. அதற்காக நான் சைவம் என்று எடுத்துக் கொள்ளக் கூடாது. நான் அசைவம் சாப்பிடுபவன். ஆனால் மீன் மட்டும் ஏன் எனக்குப் பிடிப்பதில்லை, என்ன காரணம் என்று இன்று வரை யோசித்துக் கொண்டுள்ளேன்.) அதனால் மீன் வகைகளை பற்றி சரியாக தெரிய வில்லை.

சரி, இந்தக் கலிங்க மீன் கதைக்கு வருவோம். முன்பே சொன்ன மாதிரி சாதாரண மீன் மாதிரி தான் இருக்கிறது. என்ன கொஞ்சம் நீளத்தில் பெரியதாக இருக்கிறது. ஆனால் அதன் வாய்ப் பகுதி (படம் பகிருகிறேன் பாருங்கள்) மற்றும் அதன் பற்கள். இந்த மீனை பிடிக்கப் போகும் கடலோடிகள் மிகுந்த எச்சரிக்கையுடன் விழிப்பாக தான் இருப்பார்கள். வலை போடும் போதோ அல்லது எடுக்கும் போதோ மிகுந்த கவனம் வேண்டும். படகின் இடது புறத்திலிருந்து வலது புறத்திற்கோ அல்லது வலதிலிருந்து இடதுக்கோ படகுக்கு மேல் பாய்ந்து தப்பிக்க கலிங்க மீன் முயற்சி செய்யும். அப்படி பாயும் போது நாம் இடையில் அதன் வழியில் நாம் இருந்தால் கடலோடியின் இந்த விலா பக்கம் குத்தி அடுத்த விலா பக்கம் வந்து நிற்கும். அதாவது, தலை மட்டும் நமது இடது விலாவில் வால் பகுதி நமது வலது விலா பக்கம். ஒரு கூரிய குத்திட்டியில் மிகுந்த விசையுடன் உங்கள் விலா பக்கம் மிகுந்த ஃபோர்ஸாகக் குத்தினால் எப்படியோ அப்படி கற்பனை பண்ணிகொள்ளுங்கள்.

சுற்றிலும் குத்தீட்டிகள் பாயும் போது ஒருவன் எவ்வளவு சாதுர்யத்துடன் தீரமாக செயல்பட வேண்டுமோ அப்படி உடம்பெல்லாம் கண்ணாக கவனத்துடன் செயல்பட வேண்டும்

(இந்த மீன் பிடிப்புக்கும் என்னை அழைத்தார்கள். நான் மறுத்து விட்டேன். ஐயா நான் வந்தது அனுபவம் வேண்டிதானே தவிர, உயிரை மாய்த்துக் கொள்ள அல்ல என்று.

ஆனாலும் இந்த மீன் பிடிப்பு நடந்து கொண்டு தான் இருக்கிறது. இதன் விலை சாதாரண மீன்களை விட பத்து மடங்கு விலை அதிகம்.

4.கடற்கரை கிராமங்களில் உள்ள சர்ச் பாதிரிமார்களின் வானளவிய அதிகாரம்

எல்லா கடற்கரை கிராமங்களிலும் ஒரு அதி அற்புதமான சர்ச் உண்டு. இதன் பாதிரியார்கள் இந்த கிராமங்களுக்கு கலெக்டர் மாதிரி. அவரின்றி ஓரணுவும் அசையாது. இவரின் வாக்கு அந்த மக்களுக்கு வேத வாக்கு மாதிரி. அவர்களும் முறையாக தன் பணியை செய்கிறார்கள்.. சில விதிவிலக்குகள் உண்டு .அது எல்லா இடங்களையும் போல தான்) இவர் ஒரு வார்த்தை சொன்னால் அது அவர்களுக்கு தேவன் சொன்ன மாதிரி; மறுப்பே கிடையாது.

ஊரில் எது நடந்தாலும் இவர்களின் Knowledge க்கு வராமல் போகாது. அவ்வளவு ஏன்... காவல் துறை ஊருக்குள் செல்ல வேண்டுமென்றால் கூட இவர்களின் அனுமதி வேண்டும்.

5.மீனவர்களுக்கிடையே உள்ள பாகுபாடு மற்றும் ஊர்க் கட்டுபாடு

நான் மிகவும் வியந்த இடம் இது தான்.

மீனவ கடலோடிகள் பெரும்பாலும் கிறித்துவர்கள். கிட்ட 95 மேல். எனவே சாதிய ஒடுக்கு முறையை நான் பார்க்க வில்லை.. அந்த மீதி ஐந்து சதவீத மக்களை இவர்கள் நடத்தும் விதம் அல்லது அவர்களை பற்றி இவர்களின் பார்வை. தனியே எழுதக் கூடிய விஷயம்) ஆச்சா. இந்த 95% மீனவ மக்களுக்குள் இருக்கும் பிரிவினை. நான் சென்றது ஒரு மீனவ கிராமம். அது கிட்டதட்ட தூத்துக்குடியிலும் இல்லை திருநெல்வேலியிலும் இல்லை. ஆனால் அரசாங்கப் பதிவேட்டின் படி அது தூத்துக்குடியில் வருகிறது. அந்த 2000 குடும்பங்கள் வசிக்கும் கிராமத்தில் மூன்று தெருக்கள். மேலத் தெரு, நடுத் தெரு, கீழத் தெரு. இவர்களுக்கு அவர்களைப் பிடிக்க வில்லை. அவர்களுக்கு இவர்களை பிடிக்க வில்லை. இதில் தெருச் சண்டை என்ற வன்முறை வேறு. ஒவ்வொரு தெருவுக்கும் தனித் தனியே பிரமாண்டமான சர்ச்கள் உண்டு. எனக்கு இது புரியவே இல்லை. இருப்பது மொத்தமே இரண்டாயிம் குடும்பங்கள். ஏறக் குறைய அனைவரும் கிறிஸ்தவ மதத்தவர்கள். இதில் எப்படி சண்டை வர முடியும்? என்னை

அழைத்துப் போயிருந்த நண்பரிடம் கேட்டேன். எங்க ஊர் கட்டாடு, எங்களுக்குள் இருக்கும் ஒற்றுமை. ஒரு கடலோடியை வெளி ஆள் தொட்டால் அவன் தொலைந்தான். நாங்கள் கட்டுக்கோப்பான சமூகம் என்று சொல்கிறீர்களே, ஆனால் உங்களால் உங்கள் பக்கத்துத் தெருவில் உள்ள கடலோடியுடன் கூட ஒத்துப் போக முடியவில்லையே ஏன். என்று. அதற்கு அவர் இது சகோதரச் சண்டை என்று எளிதாகக் கடந்து விட்டார்.

“எது, எல்லை தாண்டி மீன் பிடித்தற்காக ஒரு *Trawler* . (கிட்ட தட்ட 85 லட்சம் விலை. ஊர் கூட்டம் போட்டு (,எத்தனை பேர் போக வேண்டும், யார் யார் போக வேண்டும், எத்தனை மணிக்குப் போக வேண்டும், என்ன பொருட்களை எடுத்துச் செல்ல வேண்டும் என்பது உள்பட) தீர்மானித்து தீ வைத்து எரித்தது சகோதர சண்டையா?” என்று கேட்டேன். பதிலில்லை அவரிடமிருந்து.

6. அடுத்த ஆச்சர்யம்

இந்த எளிய மக்கள் சர்ச்களுக்கு அள்ளி கொடுப்பது. காணிக்கை அல்லது வரி அல்லது கட்டளை எது வேண்டுமானாலும் சொல்லிக் கொள்ளுங்கள். *Really Unbelievable!*

சரி நீங்கள் சொல்லுங்கள். கிட்ட தட்ட இரண்டாயிரம் மக்கள் தொகை கொண்ட ஒரு மீனவ கிராமம். அதிலும் தினமும் கடலுக்குள் போனால் தான் அடுத்த வேளை உணவு என்ற நிலையில் இருக்கும் மக்களால் ஒரு வருடத்திற்க்கு. ஒரு சர்ச்க்கு எவ்வளவு கொடுத்து விட முடியும்.

50,000/ அல்லது ஒரு லட்சம். *Hold your breath*. அவர்கள் கொடுப்பதைக் கணக்குப் போட்டுப் பார்த்தேன். கிட்ட தட்ட இருபத்தியைந்து லட்ச ருபாய்க்கு மேல் வருகிறது..

சர்ச்ம் ஒரு ஸ்டார் ஒட்டலை போல தான் இருக்கிறது. ஞாயிறு அன்று அனைவரும் சர்ச்ல் தான் இருப்பார்கள். காலை முதல் மாலை வரை. காலை பிராத்தனையில் கலந்து கொள்வது. மாலையில் சர்ச் மற்றும் ஊர் சம்பந்தபட்ட வேலைகளை கவனிப்பது என்று. *Absolute faith, Absolute surrender*க்கு முழு உதாரணமாக இருக்கிறார்கள்.

சர்ச் ம் அவர்களை *Exploit* பண்ணுகிற மாதிரி எனக்குத் தெரிய வில்லை.

அப்படி செய்தால் இத்தனை வருடங்களாக இது தொடராது. கண்டிப்பாக ஏதாவது ஒரு கலகக்குரல் எழும்பி இருக்கும். நான்

விசாரித்த வரை, கேள்விப் பட்ட வரை அப்படி எதுவும் இல்லை.

என்ன இந்த மக்களின் முழுக் கட்டுப்பாடும் சர்சில் தான் இருக்கிறது.

தொட்டு தொடரும் ஒரு பட்டு பாராம்பரியம் என்று பாடாத குறையாக இரு தரப்புகளும் சந்தோஷமாக இருக்கின்றன.

எனக்கு இப்போது புரிகிறதுத் தூத்துக்குடி கன்யாகுமரி மாவட்ட MLA. MP Candidate ஏன் தெருவில் இறங்கி ஓட்டு கேட்பதற்க்கு முன் சர்ச் பாதிரியார்களைச் சந்திச்யிருக்கிறார்கள் என்று.

(இங்கு திரு காந்தி MLA, திருமதி கனிமொழி MP எப்படி செயல்படுகிறார்கள் அல்லது மேலே சொன்ன ஸிஸ்டத்தை பை பாஸ் பண்ண எப்படி போராடுகிறார்கள் என்று விரிவாக எழுத ஆசை தான். ஆனால் இது அரசியல் பதிவாக மாறி விடும். எனவே அந்த Segment. எழுத போவதில்லை)

7. சுருக்கு மடி என்ற ஒரு ஓட்டப் பந்தயம்

இது தான் அவர்களை இப்போது சுண்டி இழுக்கும் தொழில். என்ன முதலீடு கொஞ்சம் ஜாஸ்தி ஆகும். ஒரு 25 லட்ச ருபாய் வைத்திருந்தால் கடலில் சுருக்கு மடி போடலாம்.

சுருக்கு மடி என்பது ஒரு குறிபிட்ட தூரத்திற்கு வலையை வட்டமாக விரித்து கடலுக்குள் போட்டு மீன் பிடிப்பது. எழுதுவது ரொம்ப சுலபமாக எழுதி விட்டேன். ஆனால் நிறைய இதில் நிறைய விஷயம் இருக்கிறது.

முடிந்தவரை சொல்ல முயல்கிறேன்.

முதலில் இது ஒரு வகையான ஓட்ட பந்தயமாகும்.

என்ன சிறு வித்தியாசம் இது மனிதர்களுக்குள் நடப்பதில்லை.

மீன்களுக்கும் கடலோடிகளும் நடக்கும் ஓட்டப் பந்தயம்.

கடலோடிகள் ஜெயித்தால் அவர்களுக்கு அன்றைக்கு ஜாக்பாட்.

மீன்கள் ஜெயித்தால் கடலோடிகளுக்கு எரிபொருள், ஆள் சம்பளம் என பண விரயம்.

சரி என்னால் முடிந்த வரையில் விளக்க முயல்கிறேன்.

கடலில் மீன்கள் கூட்டத்தை ஒரு தேர்ந்த அனுபவம் உள்ள கடலோடியோல் தான் கண்டுபிடிக்க முடியும். Fish Findet App. அல்லது Sonar stimulating app ல் எல்லாம் துல்லியமாக கண்டறிய முடியாது. தேர்ந்த கடலோடியால் இதை செய்து விட முடியும். என்னுடன்

கடலில் படகில் வந்த திரு லியோ. வயது அறுபது இருக்கும்) கடல் நீரின் நிறம், காற்றின் வேகம். கடலில் அலைகள் அசையும் தன்மை இதை வைத்தே கடலில் ஆழத்தில் உள்ள மீன்கள் கூட்டத்தை கண்டு பிடித்தார்.

எந்த உபகரணமும் இன்றி கண்ணை சுருக்கி கொண்டு கடலை பத்து நிமிடம் உற்று பாத்து விட்டு உடனே சொல்லி விட்டார்.

இங்கே அதுவும் என்ன வகை மீன்கள் கிடைக்கும் என்பது வரை..

நான் இதை நம்ப வில்லை. சரி பெரிசு ஏதோ அடிச்சு விடுது என்று தான் நினைத்தேன். ஆனால்அவர் சொன்னது தான் உண்மை!

சரி லொகேஷன் பிக்ஸ் ஆகிடுச்சு

எப்படி பிடிப்பது இந்த மீன்கள் கூட்டத்தை? அதுவும் கடலின் ஆழத்தில் படு வேகமாக நீந்தி கொண்டிருக்கும் மீன்களை.

இப்போதுதான் ஓட்டப் பந்தயம் ஆரம்பிக்கிறது. மீன்கள் செல்லும் திசையிலேயே (இதை அவர்கள் பழக்கத்திலேயே நீவாட்டின் போக்கைக் கொண்டு அனுபவ அறிவு மூலம் கண்டு கொள்கிறார்கள். பிறகு மீன்கள் ஓடும் திசையிலேயே கடும் வேகத்தில் படகும் பறக்கிறது. அதாவது, கடலுக்கு அடியில் மீன்களின் ஓட்டம் கடலின் மேற் புறம். அசுர வேகத்தில் படகு.. இப்படி போன போது தான் குடம் குடமாக வாந்தி எடுத்தேன் பித்த உடம்பு பாருங்கதாங்க முடியல.

மீன்களுக்கு முன் சென்று வலையை வட்ட வடிவில் கடலின் அடி ஆழம் வரை இறக்க வேண்டும். கடலின் அடிவரை வரை வலை போக வேண்டுமென்றால் ஏதாவது ‘வெயிட்டு’டன் இணைந்திருக்க வேண்டும் அப்போது தான் வலை அடி ஆழம் வரை செல்லும்.

இதற்காக தான் இரும்புக் குண்டுகளைப் பயன்படுத்துகிறார்கள். வலை மூழ்கி அடி ஆழம் வரை போக.

ஒவ்வொரு இரும்பு குண்டும் 400 முதல் 500 கிராம் வரை இருக்கக்கூடும்.

இந்த மாதிரி ஒரு 500 அல்லது அறுநூறு இரும்புக் குண்டுகளை சீரான இடைவெளியில் வலையில் கட்டி உள்ளார்கள்.

இந்தச் சுருக்குமடி ஏன் கஷ்டம் என்றால் இந்தப் படகில் குறைந்தது பதினைந்து கடலோடிகள் இருக்கிறார்கள். ஒவ்வொருவரும் 20 முதல் 25 வயதுள்ள கில்லிகள். இது போக அனுபவம் வாய்ந்த இரண்டு வயது முதிர்ந்த கடலோடிகள். மற்றும் மூன்று *High Power Yamaha engine* கொண்ட படகை சினிமா ஸ்டண்ட் விற்பன்னர்கள் எல்லாம்

பிச்சை வாங்கும் விதத்தில் ஓட்டும் இரு மத்திம வயது கடலோடிகள் என ஒரு குழுவே செல்லும். ஆங் எங்கே விட்டேன். Ok . மீன்கள் கூட்டத்தை விட அதிக வேகத்தில் படகில் ஓடினால் மட்டும் போதாது. அதே வேகத்தில் இந்த அரை டன் எடை கொண்ட வலையை வட்ட வடிவமாக கடலுக்குள் மின்னல் வேகத்தில் இறக்க வேண்டும்.

இதெல்லாம் படகு சும்மா வட்டமாக மீன் கூட்டத்தைச் சுற்றி பேய் வேகத்தில் வட்டடிக்கும் போதே செய்ய வேண்டும்.

(நான் ஒரு மூலையில் படகை இறுக்கமாகப் பிடித்துக் கொண்டு உட்கார்ந்தவன் தான். எந்திரிக்கவே இல்லையே...)

இப்போது 75% சதவிகித வேலை முடிந்தது. வலை இரும்பு குண்டுடன் வட்ட வடிவமாக கடலுக்குள் அதன் அடி ஆழம் வரை இறங்கி இருக்கும். பிறகென்ன, அந்த வலைக்குள் கடலில் உள்ள அனைத்து மீன்களும் மாட்டிக் கொள்ளும். சிறிது நேரம் கழித்து வலையை இழுக்க, அதாவது, வட்ட வடிவ வலையை இழுத்து சுருக்கு பை மாதிரி சுருக்க ஆரம்பிப்பார்கள். ஏற்கெனவே தண்ணீரில் உள்ள வலை வெயிட் ஆகிவிடும். போதாக் குறைக்கு 500/ 600 இரும்பு குண்டுகள் வேறு. அப்புறம் இதற்கு உள்ளே மீன்கள்.

வலையை இழுக்க எவ்வளவு பெரிய கில்லாடியாக இருந்தாலும் So called extremely physical fit . உள்ளவர்களே தளர்ந்து விடுவார்கள். அதனால்தான் இளந்தாரிக் கடலோடிகளை இந்த வேலைக்குப் பயன்படுத்துகிறார்கள்.

இதில் ஒரு தடவை போய் மூன்று லட்சத்திற்கு மீன் பிடித்தவர்களும் இருக்கிறார்கள்

அதாவது கடலோடிகள், மீன்கள் ஓட்டப் பந்தயத்தில் கடலோடிகள் ஜெயிக்கும் பட்டத்தில்.

ஆண்ட்டி கிளைமாக்ஸாக மீன்கள் ஜெயித்தால் 20 பேர் சம்பளம் எரிபொருள்,. மணி நேர வாழ்வா சாவா போராட்டம் எல்லாம் ஸ்வாகா.

★இறுதியாக ஒன்று, ஓட்டப் பந்தயத்தில் மீன்கள் ஜெயித்தா? இல்லை கடலோடிகள் ஜெயித்தார்களா? என்பது நாம் வலையை முழுவதும் இழுத்து முடிக்கும் போது தான் தெரிய வரும்.

கர்த்தருக்கு ஸோஸ்திரம். ஆமென்

அடுத்த பகுதியுடன் தற்போது நிறைவடையும் .

41

நிறைவாக நான் கவனித்தது.. I May be wrong). வெளி பார்வைக்கு மீனவர்கள் மிகுந்த ஒற்றுமையாக இருப்பது போல் தோன்றினாலும்.. Wait wait. வெளி நபர்களா, மீனவர்களா என்று வந்தால் ஒட்டு மொத்த மீனவ சமுதாயமும் ஓர் உயிர் பல்லாயிரம் உடல்கள் என்பது போல் எஃகுக் கோட்டை போல் மாறி நிற்கும். ஒரு துளி, ஒரே ஒரு துளி விரிசல் கூட காண முடியாது. ஆனால் நான் சொல்ல வந்த பாயிண்ட் அவர்களுக்குள் ஒற்றுமை சற்று கம்மி தான் போலியிருக்கிறது.

ஏன் சொல்கிறேன் என்றால், ஊரில் மொத்தம் மூன்று தெரு மேல தெரு, நடு தெரு, கீழ தெரு .ஒவ்வொரு தெருவிலும் குறைந்தது இரண்டு மீனவ சங்கங்கள்.

யாருக்கும் ஒரு Common Goal இல்லாதது போல் தெரிகிறது.

ஒருவேளை என்னுடைய கணிப்பு தவறாகக் கூட இருக்கலாம்.

இந்த 2000 பேர் இருக்கும் மீனவ கிராமத்தில் மொத்தம் எட்டு சங்கங்கள் இயங்குகின்றன. ஆனால் ஒரு ஆளுமை மிக்க தலைவர் என்று யாரும் இல்லை.

இந்த கிராமம் மட்டுமா அல்லது எல்லாக் கடலோர கிராமங்களுக்கும் பொருந்துமா தெரியவில்லை.

ஆனால் எனக்குத் தெரிந்த வரை இந்தப் பிரச்சினை சென்னையில் (அதாவது, காசிமேடு முதல் கோவளம் வரை) என்று தான் நினைக்கிறேன்

சமூக வலைதளங்கள் வேண்டுமானால் அவரை மெயின்ரோடு ஜெயகுமார் என்று கலாய்க்கலாம். எள்ளி நகையாடலாம். ஆனால் சென்னையைச் சுற்றியுள்ள கடலோர கிராமங்களில் திரு ஜெய குமார் முன்னாள் மீன் வளத் துறை அமைச்சர் அவர்களின் ஆளுமை என்பது

நாம் நினைத்துப் பார்க்க முடியாத அளவுக்கு அதிகம். அந்த அளவுக்கு அந்த மீனவ மக்களை அவர் *Capitalise* செய்து வைத்திருந்தார்.

இன்னமும் வைத்து இருக்கிறார்.

ஆனால் இங்கே அது மாதிரி, இல்லையில்லை அவரில் பாதி அளவேனும் மீனவ மக்களுக்காகப் போராடும் அல்லது போராடுவதாக நடிக்கும் தலைவர்கள் இல்லை என்பது எனது அனுமானம்.

பிறிதொரு நாள், முழுமையான தகவல்களுடன் இன்னும் பார்த்த, உணர்ந்த மீதமுள்ள 75சதவீத தகவல்களையும் சேர்த்து ஒரு முழுமையான கட்டுரையாக நேரமும் சூழ்நிலையும் கிடைக்கும் போது எழுதுகிறேன்.

நம்ம ஜீ கேட்ட நான்கு கேள்விகளுக்கும் என்னால் உடனே பதில் சொல்லியிருக்க முடியும். பதிலும் தெரியும் கிட்டதட்ட, ஆமாம் கிட்ட தட்ட தான். ஆனால் கிட்ட தட்ட என்பது எப்போதுமே முழுமை இல்லை. முழுமை என்பது வேறு.

நான் கேட்டது ஒரு தரப்பை மட்டும் தான். எனவே தான் பதில் சொல்ல வில்லை. இரண்டு மூன்று தரப்புகளிலிருந்து, அதுவும் ரிலையபிள் *Source* உடன் பேசி பிறகு அதை என் அறிவுக்கு ஏற்ப அலசி ஆராய்ந்து பார்த்து தான் பதில் சொல்ல வேண்டும் என்று நினைக்கிறேன்.

குறிப்பாக, *Srilankan Army.& Coastal guard* பற்றிய கேள்விகளை சும்மா பொத்தாம் பொதுவாக அடிச்சு விட முடியாது. *So. need time.*

எனது நண்பரின் லிங்க் மூலமாக ஒரு *Coast Guard* அதிகாரியுடன் பேசினேன். அவர்களின் பார்வை மீனவர்கள் சொல்வதற்க்கு எதிர்பதமாக உள்ளது.

எனவே நிறைய விஷயங்களை எழுதவில்லை, கண்டுணர்ந்ததில் 25. வீதம் எழுதியுள்ளேன்.

ஒரு நல்ல எழுத்தாளனுக்கு (இந்த சொற்பதம் வேண்டாம். நான் எழுத்தாளனும் கிடையாது) இப்படி வேண்டுமானாலும் சொல்லலாம். ஒரு அனுபவப் பகிர்வாளனுக்கு எதை முழுவதாக சொல்ல வேண்டும் எதை சும்மா தொட்டுச் செல்ல வேண்டும் எதில் கை வைக்கக் கூடாது. எதை படிப்பவர்கள் யூகத்திற்கே விட்டு விட வேண்டும் என்ற தெளிவு முதலில் வேண்டும் என்பது என் தாழ்மையான கருத்து.

குறிப்பாக, புதிதாக வந்துள்ள Draft Guidelines for Regulation of Fishing by Indian Flagged Fishing Vessels in the High Seas 2022 பற்றி மிக பெரிய எதிர்ப்பு உள்ளது.

அடுத்து,

கடந்த ஜனவரி மாதம் தான் Fishermen Care Vs GOI Case ல் வந்த நீதிமன்றத் தீர்ப்பு அவர்களுக்கு உவப்பானதாக இல்லை.

ஆனால் இதைப் பற்றி எனக்கு எதுவும் தெரியாது. அதாவது இன்னமும் படிக்க ஆரம்பிக்க வில்லை.

எனவே இதை தொட வில்லை.

இரண்டாவதாக, அங்குள்ள மீனவ மக்களின் பொதுவான மனநிலை.

என்ன தான் அரசாங்கம் செய்தாலும். அது இந்திய அரசோ. தமிழக அரசோ) மீனவ மக்களை அரசு கண்டு கொள்ள வில்லை என்ற மனநிலை அல்லது நிலைபாடு.

ஆனால் உண்மையில் அரசு தகுந்த முறையில் இந்த மீனவ மக்களை கவனத்தில் கொண்டிருக்கிறது என்பது என் தற்போதைய எண்ணம்.

அது நம் RIDF ல் கட்டிய Fish Landing Centre ஆகட்டும். நான் இதே போல் மூன்று Fish landing Centre. பார்த்தேன். சொல்லப் போனால் ஒரு நாள் இரவு அந்த Fish Landing Centre ல் தான் உறங்கினேன். மேலும் தூண்டில் வளைவு அமைத்து தருவதாகட்டும். நான் போஸ்ட் செய்த முதல் போட்டோவே தூண்டில் வளைவில் நான் நிற்கும் போட்டோ தான்) பல்வேறு நல துறைகளை. GoTN) அமைப்பதாகட்டும், உதாரணமாக

1. Commissioner of Fisheries and Fisherman welfare
2. The Fisheries Development Corporation Ltd
3. TN State Apex Fisheries Co Operative Federation Ltd
4. The Fishermen welfare board

என நிறைய செய்தாலும் அவர்கள் மனநிலையில், அரசு அவர்களை புறக்கணிப்பதாக நினைக்கிறார்கள்.

இதனைப் பற்றி நான் ஆழ்ந்து படிக்கவும் இல்லை. எனவே இந்த செக்மெண்டை தவிர்த்து விட்டேன்.

மூன்றாவதாகக் கடல் வளங்கள் என்று சொல்லப் படும் (மீன்கள் தவிர. பிற உயிரினங்களை அவர்கள் கையாளும் விதம் எனக்கு உவப்பானதாக இல்லை.

குறிப்பாக, சில படங்களை, விடியோக்களைப் பகிரவில்லை. அவை எல்லாம் இந்திய தண்டனை சட்டபடி குற்றம். ஆனால் அவர்கள் அதை சர்வ சாதாரணமாக செய்கிறார்கள்.

எனவே நான் முன்பே சொன்னபடி இது ஒரு அனுபவப் பகிர்வு மட்டுமே. ஒரு வேளை பக்காவாக எழுத நேரம் கிடைத்தால் எல்லாத் தரவுகளையும் படித்து பேக்ட் செக் செய்து ஒரு முழுமையான ரைட்அப் ஆகக் கொடுக்க முயல்கிறேன்

42

வணக்கம். எப்போதாவது உங்களுக்கு பணி ஒய்வுக்கு பிறகு என்ன செய்ய வேண்டும் என்று திட்டம் தீட்டி இருக்கீர்களா?.

இதில் அரசுப் பணி, தனியார் நிறுவனப் பணி, *Organized sector*. பணி இல்லை, திருமதி அபிராமி மாதிரி சுய கல்லூரி நிறுவனங்கள் நடத்துவது என்ற பேதமெல்லாம் இல்லை.

Just 60 வயதுக்கு பிறகு என்ன செய்ய போகிறோம் (அது வரை உயிரோடு இருந்தால்)?

நான் திட்டமிட்டருக்கிறேன். கச்சிதமான திட்டம் இல்லை. ஒரு உத்தேசமான வரைபடம் மனதிற்குள் உண்டு.

உங்களுக்கு அப்படி ஏதும் உண்டா? இல்லை அதைப் பற்றி எப்போதேனும் யோசித்துண்டா? இருந்தால் பகிருங்களேன். நானும் சொல்கிறேன்.

இப்போ ஏன் இந்த டாபிக் என்பவர்களுக்கான முன்னோட்டம் கீழே

குறிப்பாக இந்த வங்கி வேலை மிகுந்த மன அழுத்தத்தைத் தருகிறது. ஏன் சொல்கிறேன் என்றால் .....

சரி நீங்கள் ஒரு கல்லூரியில் பேராசிரியர் ஆகவோ அல்லது ஒரு பன்னாட்டு கம்பெனியில் விற்பனைத் துறையிலோ, தரக்கட்டுப்பாட்டுத் துறையிலோ, உற்பத்தித் துறையிலோ உயரிய பொறுப்பில் இருக்க கூடும். இந்த நிலைக்கு வந்து ஒரு பத்தாண்டுகள் ஆகி விட்டன என ஒரு பேச்சுக்கு எடுத்து கொள்வோம்.

உங்களுக்கு உங்கள் தினசரி அலுவலக நடவடிக்கை அல்லது பொறுப்புகள் கிட்ட தட்ட ஒரு 70% அல்லது 80% ஒரு மாதிரியாக பழகி இருக்கும்.

சரி கல்லூரி பேராசிரியர் என்று எடுத்துக் கொண்டால் பத்து வருட அனுபவம் பாடம் நடத்துவதில்.

எனவே குறைந்த அளவே முன் தயாரிப்புகள். அதாவது, வகுப்பு எடுக்கப் போகும் முன் தேவைபடும்.

என்ன... உற்பத்தி, தரக்கட்டுபாடு, விற்பனையில் சற்று அதிகமாக மெனக்கெட வேண்டும்.

I did not mean the unforeseen crisis /issues in the working place, how we are managing என்பதனைச் சொல்லவில்லை. அது அனைத்து துறைகளிலும் ஒரு 20. இருக்க தான் செய்யும். அது மேட்டர் இல்லை.

என்னுடைய பணி என்பது வர வர கடுமையாகிக் கொண்டே வருகிறது. அல்லது எனக்கு வயதாகிக் கொண்டுள்ளது.

ஏன் என்று கேளுங்கள். உங்களை ஒரு துறைப் பொறுப்பாளராக நியமிக்கிறார்கள். அந்தத் துறையைப் பற்றி உங்களுக்கு மேலோட்டமாக தெரியும் ஆனால் ஒவ்வொரு துளியாக கீழிலிருந்து மேல் வரை தெரியாது.

சரி... பொறுப்பாளராக ஆகி விட்டீர்கள். நீங்கள், நான் எல்லோரும் என்ன செய்வோம். *A*யிலிருந்து ஆரம்பிப்போம். துறை அறிக்கைகள், வழி காட்டல்கள், முந்தய கால செயல்பாடுகள், எதிர் கால திட்டமிடல்கள், வருடாந்திர இலக்கை அடைய திட்டம். எதிர்பாராத பிரச்சினை ஏதும் வந்தால் அதை சமாளிக்க பிளான். திட்டம். குறிப்பாக கீழே இயங்கும் அதிகாரிகள் ஊழியர்களின் செயல் திறன். அவர்கள் பிரச்சினைகள், தீர்வுகள் என நிறைய திட்டமிடுவோம்.

அதற்கு நம்மைத் தயார்ப்படுத்திக் கொள்வோம். இடையில் தினம் தோறும் மணிக்கொரு தடவை துறை மேலதிகாரியிடம் இருந்து வரும் விசாரிப்புகள். வசவுகள். என்ன ஆச்சா. முடிஞ்சதா ன்னு. முடிஞ்சா சொல்றேன்டா. ஏன் எளவு கொட்டற ன்ன சொல்ல முடியாம, *Ok Madam. Yes madam. It will be done madam* .ன்னு சொல்லணும்)

அது நமக்குக் கடுமையான பணிச் சுமையை, அதிகாலை மற்றும் பின்னிரவுப் படிப்புகளை நமக்குப் பரிசாக வழங்கும்

சரி என்று ஒரு வழியாக சமாளித்து அந்த குறிப்பிட்ட துறையில் *(Department)* ஒரு மாதிரியாக பிடி கிடைத்து முழு வேகத்துடன் இயங்க தொடங்க குறைந்தது ஒரு வருடம் ஆகும்.

அப்பாடா என்று ஓய்ந்து உட்காரும் (I mean Started working. போது அடுத்த ஆறு மாததிற்குள் நீங்கள் இன்னொரு துறைக்கு மாற்றப் படுவீர்கள்.

மறுபடியும் பரம பத விளையாட்டு. பாம்பு கொத்தி .... க்கு வந்து விடுவீர்கள்.

இல்ல இல்ல நீ கோட்டை எல்லாம் அழி நாம முதல்லருந்து ஆரம்பிக்கலாம் என்பார்கள்.

எனது அலுவலகத்தில் 32 துறைகள் உள்ளன. சிலவற்றில் நான் பணியாற்றியதே கிடையாது. இது எனக்கு மட்டுமா என்றால், இல்லை வங்கி முழுவதும் இது தான் நடைமுறை.

கணக்கு போட்டு பாருங்கள் ஒரு துறையில் ஒரு வருடம் அல்லது அதிகபட்சம் இரண்டு வருடங்கள் என்றால் 32 துறைகளுக்கு?

இது எனக்கு கடந்த இருபது ஆண்டுகளாக நடக்கிறது

உங்களில் சில பேர் வாதாடலாம் அரைத்த மாவையே அரைக்க தேவையில்லை; தினம் தினம் அல்லது வருடம் புது புது அனுபவங்கள் கிட்டும் நம்மைக் கூர்மைப் படுத்திக் கொள்ளலாம் என்று.

ஆனால் ஏனோ எனக்கு அதில் உடன்பாடு இல்லை. அப்படி கூர் தீட்டி கொண்டு என்ன சாதிக்கப் போகிறோம்? (ஒரு வேளை முப்பது வயதில் என் பதில் வேறு மாதிரியாக இருந்திருக்கக் கூடும். ஆனால் இந்த 52 வயதில் கண்டிப்பாக அப்படியில்லை.)

கடந்த 25 வருடங்களாக கேட்டு கொண்டிருக்கும் ராஜா வின் ரமணமாலைல் வரும் பொருளுக்கும் அலைந்திடும் பொருளற்ற வாழ்க்கையும் துரத்துதே" என்ற வரிகள் இப்போது வேறு மாதிரியாக அர்த்தம் ஒலிக்கிறது.

(இது இன்னொரு பஞ்சாயத்து. கடந்த 25 வருடங்களாக நான் ஏதிஸ்ட். ஆனால் ஏனோ ரமண மாலையும் பிடிக்கிறது. திரு. வேளுக்குடியின் கிருஷ்ணனின் தீவிர ரசிகன். ஆண்டாள் பாசுரங்களை கண்ணில் நீர் தளும்ப படிக்க முடிகிறது.

எனவே என்னை எப்படி வகை படுத்துவது என்று எனக்கே தெரியவில்லை. கொஞ்சம் நாட்டார் மொழியில் சொன்னால் நான் கொஞ்சம் பலபட்டறை போல தான்)

சரி வேறு எங்கோ இழுத்து கொண்டு போகிறது. நாம் டாபிக்கு வருவோம்.

இப்போதெல்லாம் தினமும் அதிகாலை மூன்று மணிக்கு எழுந்து அலுவலக அறிக்கைகள். வழிகாட்டிகள், திட்டமிடல்கள் என காலை 7.00 வரை படிக்க/ அறிக்கைகள் தயாரிப்பது என்று வேலை செய்கிறேன். பிறகு அலுவலகம் கிளம்புகிறேன்.

ஏனோ ஒரு கட்டத்தில் இந்த நடைமுறைகள் எனக்கு சலிப்பை ஏற்படுத்தி விட்டன. அல்லது எனக்கு வயதாகி விட்டதும் காரணமாக இருக்காலாம்.

மனது முழுவதும் திரைப்படங்கள், கதை, கவிதை, நாவல, ஊர் சுற்றி மனபாங்கு, தன்னை அறியும் முயற்சி என்று இருக்கும் எனக்கு தற்போது இந்த வங்கி வேலை சற்றே பளுவாக தான் தெரிகிறது.

என்ன செய்ய இன்னும். வருடங்கள் ஓடி தான் கடக்க வேண்டியுள்ளது.

அதனால் தான் பணி ஓய்வுக்கு பிறகு என்ன என்ற யோசனைகள் வரத் தொடங்கியுள்ளன.

அதற்காக தான் உங்களை கேட்டேன். சொல்லுங்க please

என்னுடைய பணி ஓய்விற்குப் பிறகு என்ன செய்யலாம் என்று உத்தேசமாக யோசித்து வைத்திருக்கிறேன் என்று சொன்னேனல்லவா?

முதலில் என் பிள்ளைகளை பொருளாதார ரீதியாக தனித்து நிற்க செய்து விட வேண்டும்.

என்னுடைய எல்லா சுய சம்பாத்தியங்களையும் சரியாகப் பிரித்துக் கொடுத்து விட வேண்டும் (அப்படி ஒன்றும் பெரியதாக இல்லை என்று வையுங்கள்) ஆனால் எப்படி நான் என்னுடைய 23 வயதில் கையில் வெறும் 1300 ரூபாய் மற்றும் ஒரு சில ஆடைகளுடன் வந்து இறங்கினேனோ. எனக்கு சென்னையில் ஒரே ஒரு நபரைக் கூடத் தெரியாது. எதோ ஒரு குருட்டு தைரியம்) அது போல் இருக்க கூடாது அவர்கள்.

2. கையில் வரப் போகும் காசை எல்லாம் போட்டு தஞ்சை, குடந்தை அல்லது திருவாரூர் பக்கம் ஒரு இரண்டு ஏக்கர் நிலம் வாங்கி விட வேண்டும். ஏற்கனவே விவசாயம் செய்கின்ற நிலம் என்றால் யானை விலை குதிரை விலை சொல்வார்கள். எனவே தரிசாகக் கிடக்கும். ஆனால் முயன்றால் விவசாயம் செய்ய கூடிய அதே சமயம் ஊரை விட்டுத் தள்ளி இருக்கக் கூடிய. ஊர் என்றால் இங்கே மிக சிறிய குக்கிராமம் என்று கொள்ளுங்கள்) விதமாக இருக்க வேண்டும்.

3. இரண்டு விதமான நல்ல தரமான குடிசைகள். ஒன்று சமையலுக்கு மற்றும் அனைவரும் வர போக. ஒரு வேளை அந்நியர் யாராவது வந்தால்) இன்னொன்று எனக்கே எனக்கு...

குடிசை என்ற பதம் சும்மா ஒரு பேச்சுக்குதான்.

அங்கே மின்வசதி, குளிர் சாதனம் வசதி, சாட்டிலைட் வானொலி, அதி வேக இணையம் இருக்கும். கண்டிப்பாக, தொலைக்காட்சி இல்லை. பிறகு புத்தகங்கள், புத்தங்கள், புத்தங்கள் மட்டும் தான்.

4. அருகில் உள்ள கிராமத்துக்குச் செல்ல ஒரு TVS XL வண்டி. ஒரு சாதா பட்டன் தொலை பேசி. அவ்வளவு தான்

5.சில கிரிஞ்சான்கள் கூறுவது போல் தற்சார்பு வாழ்க்கை என்கிற மண்ணாங்கட்டி எல்லாம் இல்லை.

இப்போது கூட படுக்கையில் மூன்று தலையணைகளுடன் உறங்குகின்ற சொகுசான ஆள் நான் (ஒரு தலையணை காலுக்கு) எனவே சாட்டிலைட் வானொலி. அதிவேக இணையம். பின் எப்படி தான் பிற நாடுகளின் நூலகங்களில் உள்ள புத்தங்களை படிப்பது. அதற்கு தான் இணையம்)

இரண்டு மூன்று மாடுகள்.. கன்றாக இருக்கும் போது வாங்கி விட வேண்டும்). கொஞ்சம் கோழிகள். ஒரு பத்து பதினைந்து ஆடுகள். வாத்துகள். நிலத்தின் நடுவே ஒரு சிறிய பண்ணை குட்டை. மீன்கள். அவ்வளவு தான்.

6.அதிகாலை எழுந்து கொஞ்சம் இருக்கிற வேலைகளை பார்த்து பின்பு. மணிக்கு கஞ்சி குடித்து விட்டு. பிறகு ஒரு குட்டி தூக்கம். எழுந்தவுடன் இருக்கவே இருக்கிறது புத்தங்கள். பிறகு மதியம் இரண்டு மணி முதல். மணி வரை வயல் வேலைகள். மாலை ஒரு ஆறு மணிக்கு TVS XL ல் மெயின் குக்கிராமத்துக்கு சென்று டீ குடித்து விட்டு பேப்பர் (அப்படி ஏதும் கிடைத்தால். படித்து எழு மணிக்கு வீடு திரும்பி இரவு உணவிற்கு பின். அல்லது 8.30 க்குள் படுக்கைக்கு சென்று விடுவது.

இப்படி போகிறது எனது உத்தேச திட்டம்.

உங்களுது எப்படி ?

கண்டிப்பாக விவசாய வருமானத்தில் வாழவே முடியாது. எனவே மாதமானால் ஒரு குறிபிட்ட தொகை எனது வங்கி கணக்கில் வந்து விடவேண்டும் (எனது பென்ஷன். சேமிப்பு இதெல்லாம் கூட்டி ஒரு

குறிப்பிட்ட யாரையும் எதற்கும் எதிர்பாராமல் வாழும் படியான தொகை. அது 2032 வருட Consumer price Index தான் தீர்மானிக்கும்)

இப்படியே எவ்வளவு நாள் ஓடுகிறதோ அவ்வளவு நாட்கள்.

பிறகு மரத்திலிருந்து ஒரு இலை உதிர்வதைப் போல இறப்பு. அவ்வளவு தான்.

இதில் என் மனைவியே வரவில்லையே என்று கேட்பவர்களுக்கு. அவளில்லாமல் நான் இல்லை. ஆனால் முழுவதும் அவள் விருப்பம். குழந்தைகளுடன் இருக்க வேண்டுமென்றாலும் இருக்கலாம். என்னுடன் வேண்டுமென்றாலும் இருக்கலாம் அல்லது இங்கே கொஞ்சம் அங்கே கொஞ்சம் என்று அவளுக்கு என்ன தோன்றுகிறதோ அதன்படி இருக்கலாம்.

ஆனால் நான் இப்படி தான் என்று யோசித்து வைத்துள்ளேன்.

நீங்கள் எப்படி?

43

இன்று அலுவலகரீதியாக திண்டுகல்லுக்கு பயணம். சும்மா ஒரு மணி நேர பயணம்தான். சரி போரடிக்காமல் இருக்க பயணத்தின் போது ஓட்டுனருடன் பேசிக் கொண்டிருந்தேன். (சமீபகாலமாக இந்த மாதிரி சந்தர்ப்பங்களை தவறவிடுவதில்லை. ஓட்டுனர்கள்,விவசாயிகள், எளிய கிராமப்புறப் பெண்கள். சாலையோரக் கடை வைத்திருப்பவர்கள். அலுவலக அடித்தட்டு பணியாளர்கள் இப்படி நிறைய. முன்பெல்லாம் இந்த மாதிரி சமயங்களில் *Documentaries* பார்ப்பேன் அல்லது *Twitter* ரையோ, *Insta* வையோ நோண்டுவேன். இப்போதெல்லாம் அதனை நிப்பாட்டி விட்டேன்.

ஓட்டுனருடன் பேசிக் கொண்டு வந்த போது அவர் எதேச்சையாக ஒருவரைக் குறிப்பிடும் போது "ஸார் அந்த ஆள் பயங்கரமான ஆள் ஸார். தண்ணி அடிப்பபால. பத்தும் பத்தாததக்கு "தம்" மு வேற. அதாவது அந்த நபர் ஒரு ஒழுங்கீனமான கெட்டவர் என்று சொல்ல வர்றார்.

என் நினைவு எங்கோ பறந்து போய் "அன்பே சிவம். படத்துடன் ஒட்டிக் கொண்டது. அந்தப் படத்தைப் பற்றி நானே பல முறை சிலாகித்து எழுதியுள்ளேன்.. நானே.ங்கற பதம். நானே ஒரு கத்து குட்டி. என்று எடுத்து கொள்ளவும். நிறைய திறமையான எழுத்தாளர்கள் நிறைய சிலாகித்து எழுதியுள்ளார்கள் என்பது தான் *point*) கதையின் படி நாசர் ஒரு கெட்டவர் ஒரு கொடூரமான வில்லன். வழக்கமான *template* படி கெட்டவன, வில்லன் *character ah establish* பன்ன கையில் கிளாஸும் வாயில் சிகரெட்டும் இல்ல. பைப்" ம் கொடுத்துட்டா *ok character establish* ஆயிரும். நம்ம பொதுப் புத்தியில தம் அடிக்கறவன் தண்ணி அடிக்கிறவனுங்க பஞ்ச மாபாதகனுங்க ன்னு பதிய வைக்கப் பட்டு இருக்கு. ஆனா உண்மை கொஞ்சம் வேற மாதிரி இருக்கும்ங்கிறது

நம்பிள் கித்னா பேருக்கு தெரியும் கமல்.. சரி சுந்தர்.) எவ்வளவு பெரிய *break through* கதையின் இழையோட்டம் கெடாமல் காட்டி உள்ளார்கள் என்பதனை யோசித்து பார்த்தேன்.

நாசர் பக்தி பழமா வருவார். அதுவும் ஒவ்வொரு வார்த்தை பேசும் போது. தென்னாடுடைய சிவனே போற்றி" ன்னு சொல்லுவார். அதுவும் ஒரு பார்ட்டி நடக்கும் போது இன்னைக்கு ஏகாதேசி பச்சை தண்ணி பல்லுல படாது ன்னு சொல்லுவார். *Point* என்னன்ன வில்லன்கள் இப்படி தான் இருக்கனும் இல்ல *Portrait* பன்னனும்கிறத உடைச்சு பக்தி பழமா என்னேரமும் இறை சிந்தனையில் இருப்பதாகக் காண்பிக்கக் கூடிய ஒருத்தன் கூட கொடும் வில்லனாக இருக்க முடியும் ன்னு சொல்லி இருப்பார். படம் வந்து 25 வருஷத்துக்கு மேல ஆகிறது. இதையெல்லாம் புரிந்து கொள்ள கூட எனக்கு 50 வயசு தேவைப் பட்டுள்ளது.

அதே படத்தில் நம் எல்லோருடைய மனதையும் கிறங்கடித்த. அழகு தேவதையாக பார்க்கப்பட்ட நடிகை. கிரண்" இன்று ஊதிய உடலுடன், தொப்பை தள்ள அரைகுறை இல்லைஇல்லை கால் குறை ஆடையுடன் INSTA வில் என்னுடன் இரவு விருந்து சாப்பிட ரூபாய் ஒரு லட்சம் என்று *post* பண்ணுவதை . இதற்கு இன்னோரு பேரும் இருக்கு) கான மிகுந்த மன அயர்ச்சியாய் இருக்கிறது.

மனதைத் தைத்த புகைப்படம். படம் சொல்லும் கதையும் ஏராளம். முதல் படம் *Word War II* க்கு செல்லும் முன் எடுத்தது. இரண்டாம் படம். ஊர் திரும்பியவுடன் எடுத்தது. வெறும் நான்கே வருடங்கள். எத்தனை மாற்றங்கள். முகத்தின் ஒவ்வொரு சுருக்கத்திலும் ஒரு கதை இருக்கலாம். மரண வாயிலில் நிற்கும் போது....அல்லது கூட பணி புரிந்த ஒருவனின் மரண ஓலம்... இன்னொரு கூடுதல் சுருக்கத்தை ஏற்படுத்தி இருக்கக் கூடும்.. குறிப்பாக, இரண்டாவது புகைப்படத்தில் உள்ள கண்கள். நிறைய கதை சொல்கின்றன.

(ஒரு இடை செருகல்: இரண்டாம் உலக போர் முடிந்தவுடன் ஒரு *Clinical Psychologist* ஒரு *Deep Survey Cum Interview* எடுத்தார். இவரின் *Research finding*. தனியாக எழுத விவாதிக்கப் பட வேண்டிய விஷயம். அதைப் பிறிதொரு சந்தர்ப்பத்தில் விரிவாக அலசுவோம்) அதில் ஒரு முக்கியமான கேள்விக்கு பதில் மிகவும் ஆச்சரியமாக இருந்தது. கிட்ட தட்ட 86% ஒரே பதில் தான்.

கேள்வி. போரின் போது உங்களை எது செலுத்தியது? வெறி கொண்டு முன்னேற வைத்தது அல்லது முன்னேற தூண்டியது?

நிறைய Options:

1. உயர் அதிகாரியின் கட்டளை

2. சொந்த நாட்டுப் பற்று

3. ஜெயித்தவுடன் கிடைக்கப் போகும் பலன்கள்

4. நான் அல்லது என்னால் எதையும் சாதிக்க முடியும் என்ற தினவு

5. அடுத்த நாட்டின் மேல் உள்ள காழ்ப்புணர்ச்சி

6. கும்பலாக இருப்பது மற்றும் தேர்ந்த பயிற்சின் விளைவாக வந்த உடல் மற்றும் மன தைரியம்

இப்படியாக பதில்கள் நீண்டு கொண்டே செல்கின்றன. ஆச்சரியமாக கடைசி நொடி வரை அவர்களை வெறி கொண்டு போராட செய்தது மேற்கூறிய ஏதுவும் இல்லை...

87%பேர் சொன்ன ஒரே பதில்

போன நிமிடங்கள் வரை நம்முடன் தோளுக்குத் தோளாக நின்று போராடிய /சண்டை போட்ட ஒருவன் (அவன் நண்பனாக இருக்க வேண்டிய அவசியம் கூட இல்லை) எதிரியின் தாக்குதலினால் கண் முன்னே இறப்பது தான் எங்களை வெறி கொண்டு போராட வைத்தது. Sorry. எங்கோ ஆரம்பித்தது இன்னொரு topic kku இழுத்துச் செல்கிறது.

வெறும் நான்கே வருடங்கள். Extreme Stress ஒரு மனிதனின் தோற்றத்தில் இவ்வளவு மாற்றத்தை ஏற்படுத்த முடியுமா.? அப்படி முடிந்தால் What kind of Trauma he undergone. ?

நிறைய யோசனைகள், அனுமானங்கள். ஒரு தேர்ந்த கதாசிரியர் இரண்டு படங்களை மட்டும் வைத்துக் கொண்டு ஒரு நல்ல முழு நீள War Picture ஐக் குடுக்க முடியும்

44

இந்த வார OTT பரிந்துரை
ரத்த சாட்சி

ஆஹா OTT ல் இந்தப் படத்தை இன்று பார்த்தேன்.

காட்சி ஊடகத்தின் வீச்சு மற்றும் வீர்யத்தை மீண்டும் ஒரு முறை உணர்ந்து கொண்டேன்.

ஏனென்றால், இந்தக் கதையை ஒரு சில ஆண்டுகளுக்கு முன் ஆசான் "ஜெயமோகன்" எழுதியிருந்த போதே அவரின் வலை தளத்தில் படித்துள்ளேன்..

அட கதை நன்றாக இருக்கிறதே என்று நினைத்து கடந்து போய் விட்டேன்.. எனக்கு ஜெய மோகனிடம் உள்ள பிரச்சினையே இது தான். கொடூரமாக பழமைவாதத்துடன் பேட்டிகள் கொடுப்பதும் பொதுத் தளத்தில் சில ஏடாகூடமான கருத்துகளை உதிர்ப்பதும். என்ன அவ்வப்போது "புளிச்ச மாவில் அடி வாங்குவதுமாக இருந்தாலும் அவரின் எழுத்துகளில் மொத்தமாக கிட்ட தட்ட ஒரு இருபது விழுக்காடாவது இந்த மாதிரி மனதை நெகிழ வைக்கும் கதைகள் இருப்பது தான் சிக்கலே

ஒரு மீம் ல் வருவது போல. என்ன இந்த மாதிரி கதைகளை எழுதியதும், பழமைவாததிற்க்கு. முட்டு கொடுப்பதும் ஒரே ஆளா? என்ற சந்தேகம் எனக்கு இன்னும் உள்ளது.

சமூக வலை தளங்களில் இவரைப் போட்டுப் பொளந்து கொண்டு இருப்பதைப் பார்க்கும் போது சற்று மனது வலிக்க தான் செய்யும். ஆனால் பல்லைக் கடித்துக் கொண்டு அதைக் கடந்து செல்ல பழகிக் கொண்டேன். காரணம் எனக்கு ஏற்பட்ட முன் அனுபவம். முதல் தடவை ஆசான் அடி வாங்கிக் கொண்டு இருக்கும் போது.. அட நம்ம

ஆசானை போட்டு இப்படி கும்மாங்குத்து குத்துகிறார்களே என்று உடனே வரிந்து கட்டி கொண்டு ஆசானுக்கு. ஆதரவாக கம்பு சுத்த போய் என்னையும் நண்பர்கள் கூட்டம் போட்டுப் பொறட்டி எடுத்தது. சரி விடு நம்ம ஆசானுக்காக நாம தானே சண்ட செய்யணும்ன்னு மனதைத் தேற்றிக் கொண்டு வேலையைப் பார்க்க ஆரம்பித்தால் அடுத்த சில நாட்களிலேயே ஏதாவது சென்சிடிவ் விஷயத்தில் தலையை விட்டு அவரின் கருத்து தான் பெரும்பாலாரின் கருத்தும் என்று சொல்ல துவங்கியிருப்பார்.

(அவர் கருத்தை மட்டும் சொன்னால் பிரச்சினை இல்லை. தனது கருத்தைச் சொல்லி இது தான் பெரும்பாலான மக்களின் கருத்தும் என்று பஞ்சாயத்தை ஆரம்பித்து வைப்பார்

நண்பர்கள் நமுட்டு சிரிப்புடன் "பாத்தில ஆசான". ங்கற மாதிரி லிங்க் அனுப்புவார்கள். நான் நாடோடிகள். சசிகுமார் மாதிரி "யோவ் ஆசானே உன்ன நம்பி நேற்று தானே உனக்காக கம்பு சுத்தி அடிவாங்கினேன். மறுபடியும் ஏன்யா உடனை அக்கப்போரை கூட்டுற என்பதாக தோனும்.

சிறிது காலம் கழித்து தான் புரிந்தது. ஆசானை ரவுண்டு கட்டி அடிப்பவர்கள் அனைவரும் என்னை மாதிரியே ஆசானின் தீவிர வாசகர்கள். ஆனால் ஆசான் பண்ணுகிற அலும்புகளால் கூடி நின்று குனிய வைத்து கும்மியடிக்கிறார்கள் என்று.

சரி சரி போகட்டும், பேச வந்த விஷயம் ஆசானைப் பற்றியதல்ல. ரபீக் இஸ்மாயில் என்ற கலைஞனைப் பற்றியது. ஒரு நாவலை திரைக்கதையாக்குவது என்பது ஒரு "சல்ல" பிடித்த வேலையாகும். அதிலும் நாவலை மெருகூட்டி காட்சியாக்கம் செய்து கதையில் உள்ள வலியை அப்படியே படத்தை பார்ப்பவர்களுக்கும் கடத்துவது என்பது மிக பெரிய சவால். பெரிய பெரிய இயக்குனர்களே தடுமாறி சாய்கின்ற இடம் இது.

இத்தனை ஆண்டு தமிழ் சினிமாவில் இதைச் சிறப்பாக கையாண்டவர்கள் இருவர் தான். முதலில் பாலுமகேந்திரா, பின்னர் வெற்றி மாறன்.

ஆனால் ஒரு புதுமுக இயக்குனர் இதை அசால்டாக கடந்து தனது திரை மொழியால் நம்மைப் பிரம்மிக்க வைக்கிறார் என்றால் *Really he is Good* .

வாழ்த்துக்கள் ரபீக் இஸ்மாயில்

படத்தைப் பற்றி SPOILER எதுவும் எழுதி உங்கள் அனுபவத்தை கெடுக்க நான் விரும்ப வில்லை. ஆனால் எனக்கு மிகுந்த சந்தோஷத்தைக் கொடுத்த ஒரு விஷயத்தை மட்டும் வேண்டுமானால் சொல்கிறேன். நாம் வெகு ஜன சினிமாவில் கொடும் வில்லனாக. அல்லது அல்லகைளாக இல்லை சும்மா டம்மி பீஸ்களாகப் பார்த்த நடிகர்கள் இந்தப் படத்தில் கதை மாந்தர்களாக அறிமுகமாகி, உலவி ஒரு கட்டத்தில் படத்தின் முழுச் சுமையைத் தோளில் தாங்கி கொண்டு முழு வீச்சில் ஓடுவதை பார்ப்பது என்பது அழகர் ஆற்றில் இறங்கும் வைபவத்தில் எதேச்சையாக உங்கள் முன்னாள் காதலியைப் பார்த்ததோடல்லாமல் அவளும் உங்களை மறக்காமல் அஹ். நீ .... ல்ல எப்படி இருக்க என்று கேட்பது போன்ற ஒரு திகைப்பனுபவம் .

குறிப்பாக, கண்ணா ரவி பிங்கர் டிப்ஸ் வெப் சீரிஸ்ல் யாரைப் பற்றியும் கவலைப் படாமல் எந்த சமூக பொறுப்பும் இன்றி பணத்திற்காக எதையும் செய்யும் கொடும் வில்லனாகப் பார்த்த கண்ணா ரவி. படத்தின் நாயகனாக வாழ்ந்திருக்கிறார். யானையுடன் அறிமுகமாகும் காட்சியிலேயே ஒட்டிக் கொள்ள ஆரம்பித்து சிறிது நேரம் கடந்தவுடன் நம் மனதில் “அப்பு” வாக வாழ ஆரம்பிக்கிறார். அதிலும், அவர் போலீஸில் சரணைடையும் முன்பு அவரின் வீட்டிற்கு சென்று தாய் தந்தை மற்றும் ஊரார்களுடன் இருக்கும் “மாண்டேஜ்” ஷாட்களும் அப்போது பிண்ணனியில் வருகிற பாடலும் ஒரு நல்ல கவிதை படிப்பதற்கு சமமானது.

இறுதியாக, குமர வேலிடம் இந்தக் காட்டில் உங்க வேளையும் கஷ்டம் தானே தோழர் சொல்லும் போது குமரவேலுக்கு மாதிரியே நம் மனதையும் அறுக்கிறது.

அடுத்து ஆறுபாலா. எப்போதும் வில்லனின் அடியாளாக, குடித்து ஊதிய முகத்துடன் வரும் இவரின் பங்களிப்பும் பேசப்பட வேண்டியது தான். குறிப்பாக, அவரின் அறிமுகக் காட்சியில் அவர் பேசும் இருக்குறவன் இல்லாதவன அடிச்சா ..வெந்தாய மக்கா அவன் ஆண்டவானாலும் அடி தான்.

பயமென்பது என்னவென்றே தெரியாத ஒரு கேரக்டர். மனுஷன் பின்னிபெடல் எடுத்திருக்கிறார்.

ஒரு இனிய அதிர்ச்சி நடன இயக்குனர் திரு கல்யாண்குமார். இவரைப் பார்த்தாலே பயம் வருகிறது.. ரபீக் இஸ்மாயில் போன்ற ஒரு தேர்ந்த இயக்குனரால் இந்த மாயாஜாலத்தை நிகழ்த்த முடிகிறது)

மெட்ராஸ் வினோத் அவர்களின் பங்களிப்பும் நன்று

குறிப்பாக, படம் நாலுகால் பாய்சலில் ஓடுகிறதென்றால், அதில் இரண்டாவது காலான திரு.குமரவேலின் நடிப்பைப் பற்றி இங்கே எள்ளளவும் குறிப்பிடப் போவதில்லை. அவரின் நடிப்பாற்றல் உலகுக்கே தெரியும். அதனை, பலமுறை நிரூபித்தவர். தேர்ந்த கதையாசிரியர். சிறந்த திரைக்கதையாளர் (லேட்டஸ்ட்டாக பொன்னியின் செல்வனின் இணை திரைக்கதையாளர்) கூத்துப் பட்டறைக் கலைஞன். சிறந்த இயக்குனர் என அவர் ஒரு பன்முக கலைஞன். அவர் படத்தைத் தூக்கிக் கொண்டு ஓட வில்லையென்றால் தான் பிரச்சினை.

(குறிப்பாக விஜய்,அஜித், சூர்யா, விக்ரம் நீங்கலாக நம் தமிழ் சினிமாவில் ஒரு பத்து பன்னிரண்டு நடிகர்கள் இருப்பார்கள். பொள்ளாச்சியிலிருந்து தென்னந்தோப்பை விற்று பணத்தை மடியில் கட்டிக் கொண்டு சென்னைக்கு விமானம் ஏறும் படத் தயாரிப்பாளர்கள் இவர்களைப் புறம் தள்ளி நிறைய இது போன்ற திறமையாளர்களுக்கு வாய்ப்பு கொடுத்தால் தமிழில் இன்னும் பல நல்ல படங்கள் வர வாய்ப்புள்ளது.)

நாம் விவாதித்து வருகிற ஒரு *State Sponsored Crime* எப்படி நடக்கிறது என்பதனைக் கச்சிதமாகக் காட்சிப்படுத்தியுள்ளார்கள்.

படத்தில் ஒரு காட்சியில் முன்னாள் முதல்வர் எம்ஜியார் வருகிறார். காவல்துறை அதிகாரிகள் மாநிலத்தில் எப்படி நக்சல் இயக்கம் பரவிகொண்டு இருக்கிறது அடுத்த என்ன செய்ய வேண்டும் என்று சீரியஸாக பேசி கொண்டு இருக்கும்போது நமது தலைவர் அவர் கை கடிகாரத்துக்கு சாவி கொடுத்தபடி அசிரத்தையாக கேட்டுக் கொண்டு இருப்பார். கல்யான் போகிற போக்கில் ..இப்படியே போனால் மக்கள் அவர்களைக் கதாநயகர்களாக பார்க்கத் துவங்கிவிடுவார்கள் என்ற சொல் வரும் போது தலைவர் கைகடிகாரத்துக்கு சாவி கொடுப்பதை நிறுத்திவிட்டு அந்த கணத்தில் முடிவெடுப்பார். ....அவர் கேட்கிற எல்லாவற்றையும் செய்து கொடுங்கள் என்று ..

முத்தாய்ப்பாக, படத்தில் சொல்லபட்ட *Political Correctness*. இரண்டு பக்க நியாயங்களையும் சொன்ன விதம். மற்றும் காவல் துறையின் கடை நிலை காவலர்களின் மனப் போக்கு, உயர் அதிகாரிகள் இந்தக் கடை நிலை ஊழியர்களை அழைக்கும், நடத்தும் விதம் என உண்மைக்கு அருகில் சென்று படமாக்கிய விதத்தில் இது ஒரு தவறவிட கூடாத படம் என்பதனை நிரூபிக்கிறது

45

என்னது ட்விட்டர் Account யை மானிடைஸ் பண்ணலாமா? இது வரை நான் எழுதுனத ட்விட்டா போட்டாலே 273 நாட்களுக்கு தினம் ஒரு ட்விட்டாகப் போடலாமே.

சரி... ஒரு ஒரிஜினல் ID ஆரம்பிக்கிறோம். மாதம் சில பல லட்சங்களை அள்ளுறோம்.(மாதம் சில பல லட்சம் எல்லாம் வருமா?

ஏம்பா உருட்ற ன்னு கேக்கும் அன்பர்களுக்கு. வில்லேஜ் குக்கிங்ன்னு ஒரு யூ ட்யூப் சேனல் பார்த்திருப்பீங்க. அண்ணன் தம்பிங்க நாலு பேர் மற்றும் ஒரு தாத்தா சேர்ந்து நடத்துவது.. அதில் ஐய்யனாரின் பேமஸ் டயலாக் ஆன மஞ்சள்லருந்து மங்களகரமாக ஆரம்பிக்கிறோம் என்று கூறியவாறே ஐய்யனார் அம்மி அரைப்பதன் ரசிகன் நான். அந்தக் குழுவில் ஒரு மூத்த அண்ணண் அவர் தான் இந்த You Tube சேனலின் அஸ்திவாரம்.

அவரின் கேமரா கோணங்கள் மற்றும் ஷாட் Compose செய்யும் விதம் எல்லாம் பார்க்கும் போது பிரமிப்பாக இருக்கும். அவரின் திறமை இப்போது எந்த சினிமாட்டோகிராபர்க்கும் சற்றும் குறைந்ததில்லை. அவர் எதையும் முறைப்படி பயின்றவர் இல்லை. கேமரா ,எடிட்டிங் எல்லாம் You tube பார்த்துக் கற்றுக் கொண்டது தான்.

நிற்க... ஏன் அவர்களைப் பற்றிப் பேசிக் கொண்டிருக்கிறோம் என்றால் அவர்களின் அதாவது அந்த சேனலின் மாத வருமானம் கிட்ட தட்ட பதினெட்டு லட்சம். இது போன வருட கணக்கு. (இப்போது கூடியிருக்க வாய்ப்புண்டு)

முன்பே சொன்ன மாதிரி நான்கு அண்ணண் தம்பிகள். சுக்கான் பிடித்து கேப்டனாக நிற்கும் அண்ணண். எடிட்டிங் கூட ஒரு சாதாரண கம்ப்யூட்டரில் demo version ல் தான் செய்கிறார். (இப்போது

லைசன்ஸ்டு வர்ஷன் வாங்கி இருக்கக் கூடும்.) அவர் அந்த சேனலின் வீடியோக்களை அப்லோடு செய்யும் விதத்தை அதே You tube தளத்தில் கண்டு பிரமியுங்கள். ஒரு வீடியோ அப்லோடு செய்ய மூன்று மணி நேரம் ஆகுமாம். குடிசை வீட்டின் கூரையில் ஒரு குச்சியில் பையைக் கட்டி அதன் உள்ள ஒரு சாதாரண போனை போட்டு (ஏனென்றால் அவர்கள் கிராமத்தில் நெட் வொர்க் அவ்வளவு எளிதில் கிடைக்காது) அதை கூரையின் உச்சியில் சொருகி தான் வீடியோ அப்லோட் பண்ணுகிறார். ஏன்.மூன்று மணி நேரம் என்றால் இவர் 4k தரத்துடன் எடுக்கும் வீடியோ அப்லோடு ஆவது 512 kbps வேகத்தில் தான். இன்று Jio sim மே மாநகரங்களில் 40mbps வேகத்தில் இயங்குவதாக கேள்வி. இந்த வாட்சப் 100 Mbps வேகத்தில் ACT fiber net ல் அனுப்பப் படுகிறது.

கதையின் நீதி. பேரும் புகழும் முக்கியமாக பணமும் சம்பாதிப்பது என்று முடிவெடுத்து விட்டால் உங்களுக்கு வானமே எல்லை.

பின்குறிப்பு இந்த மாதிரி புதியதான வெரைட்டியான ஐடியாகள் சொல்லி தரப்படும். என்கிட்ட வாங்க. Non Convertible debenture ல் எப்படி பூந்து எப்படி IPO மூலமாக பணம் பண்ணுவது என்று சொல்லி தருகிறேன்.(ஆலோசனைக் கட்டணம் தனி)

பின்குறிப்புக்கும் ஒரு பின் குறிப்பு

இந்த Non Convertible debenture. Bond ஆக மாற்றுவது. IPO மூலம் மூட்டையில் பணத்தை அள்ளுவது எல்லாம் உட்டாலக்கடி. எனக்கு பங்கு சந்தை பற்றி எதுவும் தெரியாது. அதனை அறிந்து கொள்ளவும் விருப்பம் இல்லை.

★★★★

இந்த ஐம்பது வயதில் உங்களுடைய பெஸ்ட் பத்து வருடம் என்று எதை சொல்வீர்கள். ஏன்?

நான் ஆரம்பித்து வைக்கிறேன். என்னுடைய 30 வயதிலிருந்து 40 வயது வரைக்குமான வாழ்க்கை தான் பெஸ்ட் (அதாவது இப்போதைக்கு)

ஒரு நிலையான வேலைக்குப் போய், என்னாலும் இந்த உலகில் தனித்து நிற்க முடியும் என்ற தன்னம்பிக்கை வந்து. கால் போன போக்கில் சுற்றியலைந்து, இடையில் ஒரு காதலில் விழுந்து (அட ஆமாங்க. திகட்ட திகட்ட காதலித்து பின் ஏனோ திடீரென புத்தி வந்து அதிலிருந்து விலகி மனநல மருத்துவர் துணையுடன் மீண்டு

வந்து. வீடு. கார் வாங்கி, சொந்த ஊரில் கெத்தாக போய் இறங்கியது என எல்லாம் நடந்தது என் 30 to 40. வயதில் தான். (ஆச்சர்யகரமாக கல்லூரிக் காலம் முழுவதும் காயங்கள் தான். எந்த ஒரு இனிமையான நினைவுகளே இல்லை)

நாற்பது வயதிற்குப் பின்னால் எல்லாம் கொஞ்சம் கொஞ்சமாக ஸ்லோவாக ஆரம்பித்து. அதாவது எல்லாவற்றிலும் ஜெயித்து கொடி கட்ட வேண்டும் என்ற ஆசையெல்லாம் மட்டுபட்டு) இந்த 52 வயதில் நிறைவாக அமைதியாக இருக்கிறேன்.

எந்தப் போட்டியிலும் ஜெயிக்க வேண்டும், எல்லாரும் நம்மை புகழ வேண்டும் என்ற எண்ணமெல்லாம் சுத்தமாக அழிந்து போய் குறிப்பாக, எந்த சிறு வயது பெண்களைப் பார்த்தாலும் என் மகளை போல என்ற நினைக்கும் பக்குவம் வந்து மெல்ல மெல்ல சலசலத்து ஓடும் அமைதியான நீரோடை போல ஆகிவிட்டேன். *What flows, its ok* என்ற மனநிலைக்கு வந்து விட்டேன்.

ஏன் இதைச் சொல்கிறேன் என்றால் என்னுடைய வயதையொத்த நிறைய பேர் இன்னும் ஜெயிக்க வேண்டும், போராடி வெல்ல வேண்டும், சிறகடிக்க வேண்டும், இன்னும் அதிகமான பொருளீட்ட வேண்டும் என்ற உத்வேகத்துடன் செயல்படுவதை பார்க்கிறேன். எனக்குக் கொஞ்சம் வியப்பாக இருக்கிறது. கவியரசு சொன்னது போல் ஒருவன் எப்படி எப்படி எல்லாம் வாழக் கூடாதோ அப்படியெல்லாம் வாழ்ந்திருக்கிறேன். ஆனால் இப்போது எல்லாவற்றிலும் இருந்து ஒதுங்கி நின்று அமைதியாக வேடிக்கை பார்க்கிறேன்.

அபிராமி இருப்பதால் சில விஷயங்களை எழுதத் தயக்கமாக இருந்தது. பிறகு அவர் நமது அலைவரிசை தானேப் புரிந்து கொள்வார் என்று எழுதுகிறேன்.

குறிப்பாக எனது சில நண்பர்கள், பெண்களை, அதாவது நடிகைகளை, சக ஊழியர்களை, தெரிந்த பெண்களைப் பார்த்து அடிக்கும் கமெண்ட் அதில் தெரியும் .... எல்லாம் பார்க்க ஆச்சர்யமாக இருக்கிறது. (நீ என்ன உத்தமன் மாதிரி ஸீன் போடுற என்று கேட்காதீர்கள்) என்னைப் போல காதல், செக்ஸ், மது என்று கெட்டழிந்தவனை நீங்கள் பார்க்க முடியாது. எல்லாவற்றையும் பார்த்து ஆண்டு அனுபவித்து முடிந்தவனுக்குள் இருக்கும் சிறு புன்முறுவல் மட்டும் தற்போதைக்கு உள்ளது.

ஆனால் சில பல நண்பர்கள் இன்னும். அதாவது, இந்த 50 வயதிலும் அவர்களின் முப்பது வயதைப் போல இருக்க முற்படுவதைப் பார்க்க ஆச்சர்யமாக இருக்கிறது. அதன் உளவியிலை புரிந்து கொள்ள முடிகிறது. ஒருவேளை அவர்கள் ஏதோ ஒரு கட்டுப்பாட்டின் பேரில் வீடு, குடும்பம், ஆச்சார்யம், பக்தி, மதம், கட்டாயமாக திணிக்கபட்ட நல்லொழுக்கப் போர்வை ஏதோ ஒன்றுக்குள் அடைபட்டு இப்போது அதிலிருந்து குறிப்பாக இந்த ஐம்பது வயதில் பொருளாதார சமூக வாழ்வியல் சூழ்நிலையில் ஸ்திரமாக நிற்கும் போது பழைய ஆழ்மன ஆசைகள் எல்லாம் கொஞ்சம் கொஞ்சமாக வெளி வருகின்றன போலும் என்று நினைத்துக் கொள்வேன்.

ஆனால் என்னைப் போல ஆடாத ஆட்டமெல்லாம் ஆடி. சரி போதும் என்ற மனநிலைக்கு வந்து விட்ட நான் இப்போதெல்லாம் சற்று நிதானமாக நான் இருக்கிறேன். தற்போது எந்த வித பெரிய ஆசைகளும் இல்லை.

காலையில் என் மனைவி கொடுக்கும் Double Strong சர்க்கரை கம்மியான ஆன பில்டர் காப்பியும் .பிறகு ஒரு கிங்க்ஸ் லைட் சிகரெட்டும் போதுமானதாக இருக்கிறது அந்த நாளைத் தொடங்க....

ஓ... இதன் பெயர் தான் பக்குவமடைதலா?

★★★★★★★★★